കഥാനവകം

മലയാളത്തിന്റെ ഇഷ്ട കഥകൾ

ചന്ദ്രമതി

കഥാനവകം

മലയാളത്തിന്റെ ഇഷ്ട കഥകൾ

ചന്ദ്രമതി

ഗ്രീൻ ബുക്സ്

green books private limited
gb building, civil lane road, ayyanthole,
thrissur- 680 003, kerala, ph: +91 487-2381066, 2381039
website: www. greenbooksindia. com
e-mail: info@greenbooksindia. com

malayalam
kathanavakam
malayalathinte ishtakathakal
story
by
chandramathi

first published september 2017
copyright reserved

cover design : rajesh chalode

branches:
thrissur 0487-2422515
palakkad 0491-2546162
kannur 0497-2763038
thiruvananthapuram 8589095301

isbn : 978-93-86440-96-9

---

no part of this publication may be reproduced,
or transmitted in any form or by any means,
without prior written permission of the publisher.

GBPL/961/2017

മുഖക്കുറി

ഗ്രീൻബുക്സ് പ്രസിദ്ധീകരിച്ച മലയാളത്തിന്റെ സുവർണകഥകൾക്ക് വായനക്കാരിൽ വലിയ സ്വാധീന മുണർത്താൻ കഴിഞ്ഞു. കേരളത്തിലെ നവോത്ഥാന കാലഘട്ടത്തിലേയും ആധുനിക കാലഘട്ടത്തിലേയും എഴുത്തുകാരെയാണ് സുവർണകഥകൾ പ്രതിനിധീ കരിക്കുന്നതെങ്കിൽ 'ഇഷ്ടകഥ'കളിൽ അണിനിരക്കു ന്നത് നവോത്ഥാനാന്തര കാലഘട്ടത്തിലെ കഥയെഴുത്തു കാരാണ്. കഥയ്ക്ക് ഒരു സാർവദേശീയ ഭാഷയുണ്ട്. എവിടെയുമുള്ള മനുഷ്യരോടും അത് ദേശാതിരുകൾക്ക പ്പുറത്ത് സംസാരിക്കുന്നു. തന്റെ ചിന്തകളെ കഥാപര മായി രൂപപ്പെടുത്തുക എന്ന അറിവാണ് കഥയെഴു ത്തിന്റെ രസതന്ത്രം. നല്ല കഥയെ കണ്ടെത്താൻ സാമാന്യ ബുദ്ധി മതിയാകും. അതിൽ സ്പഷ്ടമായ വിധം തെളിഞ്ഞ ചിന്തയുമുണ്ടാകും. സുവർണകഥകളും ഇഷ്ടകഥകളും കഥയെഴുത്തിന്റെ ഈടുറ്റ വഴികളെ പ്രഖ്യാപിക്കുകയും ഭാഷയിൽ കഥയുടെ വഴി വെട്ടി ത്തെളിയിക്കുകയും ചെയ്യുന്നു.

കൃഷ്ണദാസ്
മാനേജിങ് എഡിറ്റർ

കഥയും ഞാനും
ചന്ദ്രമതി

സാഹിത്യശില്പശാലകളിൽ സംസാരിക്കുവാൻ പോകുമ്പോൾ ഞാൻ പറയാറുണ്ട്. ഒരു ശില്പശാലയ്ക്കും നിങ്ങളെ എഴുത്തുകാരാക്കാൻ കഴിയില്ല; ഉള്ളിൽനിന്നുള്ള തീപ്പൊരിയും പിന്നെ വായനാ സംസ്കാരവും ഒത്തുചേർന്നാൽ മാത്രമേ അതു സാധ്യമാകൂ.

ഏതോ ഒരു ശില്പശാലയിൽ ആ ചോദ്യം എനിക്കുനേരെ ഉയർന്നു: "ടീച്ചറിന്റെയുള്ളിൽ ആ തീപ്പൊരി ഉണ്ടായ തെങ്ങനെയാണ്?"

എന്റെ ഉത്തരം അപൂർണമായിരുന്നു. കാരണം ആ ചോദ്യം അതുവരെ സ്വയം ചോദിച്ചിരുന്നില്ല.

പുറകോട്ടുപോയാൽ എത്തുന്നത് ഒരു വലിയ പുസ്തക ശേഖരത്തിലാണ്. ഇംഗ്ലീഷിലേയും മലയാളത്തിലേയും ക്ലാസിക്കുകളും ജനപ്രിയ കൃതികളും ഒന്നിച്ചു ചേർന്നിരിക്കുന്ന പുസ്തകപ്പുര. പഴയ മാസികകളും പ്രസിദ്ധീകരണങ്ങളും ബൈൻഡ് ചെയ്ത് സൂക്ഷിച്ചിരിക്കുന്ന ആ മുറി എന്റെ അച്ഛൻ ഒരുപക്ഷേ എനിക്കുവേണ്ടി, എന്നിലെ എഴുത്തുകാരിക്കുവേണ്ടി ഉണ്ടാക്കിയതാവണം. വായനയുടെ ലഹരിയിൽ മയങ്ങി നിഷ്ക്രിയയായിരുന്ന എന്നിൽ പുസ്തകാഭിപ്രായമെഴുതുന്ന രീതിയിൽ എഴുത്തിനെ കുത്തിവെച്ചു ണർത്തിയതും അച്ഛൻ.

പക്ഷേ തീപ്പൊരി വീണത് അതിനും എത്രയോ മുന്നിലാവണം.

കുട്ടികളെ ഉറക്കുന്നത് പാട്ടുപാടിയാകണമെന്നത് ചിരപുരാതന സങ്കല്പം. അവരുടെ മനസ്സിന്റെ വളർച്ചയ്ക്കു പയുക്തമാകുന്ന പുസ്തകങ്ങൾ തെരഞ്ഞെടുത്ത് കുട്ടിക്കാലം മുതൽ വായിച്ചുകൊടുക്കണമെന്നത് ആധുനിക മനഃശാസ്ത്ര സിദ്ധാന്തം. താരാട്ടുപാടി മാറോടു ചേർത്തുറക്കുകയോ പുസ്തകങ്ങൾ വായിച്ചു തരുകയോ ചെയ്യുന്ന ആരും എന്റെ

കുട്ടിക്കാലത്തിലില്ല. പകരം അവിടെ തെളിയുന്നത് കഥകളുടെ ഒരു അതിരാണിപ്പാടമാണ്. അവിടെ കഥകളെ ചിറകടിച്ചു പറത്തിവിട്ടുകൊണ്ട് ചിരിച്ചുനിൽക്കുന്ന കുറെ അമ്മൂമ്മമാരാണ്.

തിരിഞ്ഞുനോക്കുമ്പോൾ ഞാൻ മനസ്സിലാക്കുന്നു തീപ്പൊരി അവിടെ നിന്നാവണം വീണത്.

മലയാളത്തിലും തമിഴിലും വിദഗ്ധയായിരുന്നു അച്ഛന്റെ അമ്മ മാധവിഅമ്മ. അച്ഛന്റെ വളർത്തമ്മ എന്നു പറയുന്നതാവും ശരി. ജനിച്ചയുടൻ തന്നെ അമ്മ നഷ്ടപ്പെട്ട സഹോദരീപുത്രനെ സ്വന്തം മകനായി സ്വീകരിക്കുകയും അന്ന് ഉപേക്ഷിച്ചുപോയ സഹോദരീഭർത്താവ് പിന്നീട് അവകാശമുന്നയിച്ചു വന്നപ്പോൾ ആട്ടിയിറക്കുകയും ചെയ്ത അമ്മൂമ്മ 'നിന്റെ അച്ഛൻ തന്നെ ഒരു കഥയാണ്', എന്ന് പലപ്പോഴും പറഞ്ഞിട്ടുണ്ട്.

ആഖ്യാനകല എന്താണെന്നുപോലുമറിയാത്ത അമ്മൂമ്മ ഓരോ രാവിലും എനിക്ക് കഥ പറഞ്ഞുതന്നു. ഒരു കഥപോലും ഒരു രാത്രിയിൽ തീർക്കരുതെന്ന് അമ്മൂമ്മയ്ക്കു നിർബന്ധമുണ്ടായിരുന്നു. കഥയുടെ ഏറ്റവും പ്രസക്തമായ, ആകാംക്ഷയുണ്ടാക്കുന്ന ഭാഗത്ത് അമ്മൂമ്മ കഥ നിർത്തും. എത്ര നിർബന്ധിച്ചാലും ബാക്കി പിറ്റേരാത്രി ഉറങ്ങാൻ നേരത്തു മാത്രമേ പറയൂ. 'ബാക്കി നാളെ' എന്നു പറഞ്ഞ് അച്ഛനമ്മമാർക്കൊപ്പം ഉറങ്ങാനായി പറഞ്ഞയയ്ക്കുമ്പോൾ ഒരുപാടു ചിന്തകളെയും ആകാംക്ഷകളെയും സ്വപ്നങ്ങളെയുമാണ് അവർ എനിക്കൊപ്പം പറഞ്ഞുവിടുക. പിണങ്ങിയാൽപോലും 'കഥബാക്കി' പറഞ്ഞുതരാത്ത നിർബന്ധബുദ്ധിയോട് ദേഷ്യവും തോന്നിയിട്ടുണ്ട്.

കോപത്തോടെ രഥത്തിനു മുന്നിൽനിന്ന് വഴി തടഞ്ഞ പരശുരാമൻ ശ്രീരാമനെ എന്തു ചെയ്യുമെന്നോർത്ത് ഉറക്കം വരാതെ കിടക്കുന്ന കുട്ടിയായി ഞാൻ കഷ്ടപ്പെടുന്നത് കഥപറച്ചിലുകാരിക്ക് അറിയേണ്ട കാര്യമില്ലല്ലോ. കുവലയാപീഠം എന്ന മദയാനയ്ക്കു മുന്നിൽ രണ്ടു കുട്ടികൾ പകച്ചുനിൽക്കുന്നിടത്ത് കഥ നിർത്തിയാൽ കേൾവിക്കാരിക്ക് ഉറങ്ങാൻ പറ്റുമോ? 'മാധവിയാണേൽ മടിയിൽ വാ' എന്ന് കണ്ണകിയോടു പറയുന്ന കോവിലനോട് കണ്ണകി എങ്ങനെ പ്രതികരിച്ചുവെന്നറിയാൻ എനിക്ക് ഒരു രാത്രിയും ഒരു പകലും കാത്തിരുന്നേ പറ്റൂ.

മരണത്തെ തൽക്കാലത്തേക്കെങ്കിലും അകറ്റിനിർത്താൻ കഥകളെ പരിണാമഗുപ്തിയിൽ നിർത്തുന്ന രചനാതന്ത്രം

പ്രയോഗിച്ചു വിജയിച്ച ഷെഹർസാദയെയും സഹോദരിയെയും പരിചയപ്പെടുന്നത് പിന്നീട്. അറേബ്യൻരാവുകളിലെ കഥകൾ ഞാൻ അമ്മൂമ്മയ്ക്ക് വായിച്ചുകൊടുത്തിട്ടുണ്ട്. ഓരോ രാവിലും സുൽത്താൻ ഭാര്യയുടെ ജീവിതം നീട്ടിക്കൊടുക്കുമ്പോൾ അമ്മൂമ്മ പറയും... 'മിടുക്കി!'

അമ്മൂമ്മയും മിടുക്കിയായിരുന്നു. സർഗാത്മക എഴുത്തിന്റെ ആദിമരൂപം കവിത ആണെങ്കിലും കൂടുതൽ ശക്തി കഥയ്ക്കാണെന്ന് അമ്മൂമ്മയും ഷെഹർസാദയും പഠിപ്പിച്ചുതന്നു.

മാധവിയമ്മ എന്ന ഈ അമ്മൂമ്മയുടെ കൂട്ടുകാരായി കുറേ അമ്മൂമ്മമാർ വീട്ടിൽ വന്നുപോകുമായിരുന്നു. മഞ്ചാടിമുത്തുകൾകൊണ്ട് പല്ലാംകുഴി കളിച്ചു രസിക്കുകയായിരുന്നു അവരുടെ സായാഹ്നവിനോദം. അവരിൽ ഒന്നുരണ്ടുപേർ നല്ല കഥ പറച്ചിലുകാരായിരുന്നു. ഇടയ്ക്കിടെ അവരും എന്നെ കഥ പറഞ്ഞു സന്തോഷിപ്പിച്ചു.

അക്കൂട്ടത്തിൽ ഒരമ്മൂമ്മ നാടകീയമായ ആവിഷ്കാരരീതി കൊണ്ട് എന്നെ അദ്ഭുതപ്പെടുത്തിയിട്ടുണ്ട്. ഇന്ന് എന്റെ കഥകളിൽ അറിയാതെ കവിതാശകലങ്ങൾ കടന്നുവരുമ്പോൾ ഞാനവരെ ഓർക്കാറുമുണ്ട്. തന്നെ തട്ടിക്കൊണ്ടുപോകാൻ രാക്ഷസൻ പതുങ്ങിനിൽക്കുന്നതറിയാതെ രാജകുമാരി തോഴിമാരൊത്ത് പൂന്തോപ്പിൽ നൃത്തം ചെയ്യുകയായിരുന്നു എന്നു പറഞ്ഞിട്ട് പായിഅമ്മൂമ്മ സ്വയമറിയാതെ എഴുന്നേറ്റ് നൃത്തം ചെയ്യും.

മോഹിനീരൂപത്തിലുള്ള
പേലവാംഗീ സുന്ദരിയാൾ...

വാക്കുകളുടെ അർത്ഥം ചോദിച്ചാൽ "കഥയിൽ ചോദ്യമില്ലെന്നറിഞ്ഞൂടേ?" എന്ന മറുചോദ്യത്തിൽ അവർ എന്റെ നാവടക്കും.

രാക്ഷസന്റെ കോട്ടയിൽനിന്ന് തന്നെ രക്ഷിച്ച രാജകുമാരന് രാജകുമാരി ചോറും കറിയും വെച്ചുകൊടുത്ത് സംതൃപ്തനാക്കുന്ന രംഗം രുചികരമായി പായിഅമ്മൂമ്മ അവതരിപ്പിക്കുന്നത് ഇപ്പോഴും മനസ്സിലുണ്ട്.

"അവള് നോക്കിയപ്പോ കറിവയ്ക്കാനൊന്നുമില്ല. വെളിയിലിറങ്ങി നോക്കിയപ്പോഴുണ്ട് തെങ്ങിന്റെ മൂട്ടിൽ കിടക്കുന്നു ഒരു കൊച്ചുതേങ്ങ. അവളതെടുത്ത് തൊണ്ടും ചകിരീം വലിച്ചു കീറി ചിരട്ട ഇടിച്ചുപൊട്ടിച്ച് കറുമുറാന്നു തിരുകിയെടുത്ത് (രാക്ഷസന്റെ കോട്ടയിൽ ചിരവയുണ്ടായിരുന്നോ എന്നു ചോദിക്കാൻ പാടില്ല; കഥയിൽ ചോദ്യമില്ലല്ലോ) മുറ്റത്തുനിന്ന

കാന്താരീം പറിച്ച്, പച്ചയിഞ്ചീം പിഴുതെടുത്ത്, ഉണക്കാനിട്ടിരുന്ന മഞ്ഞളിന്റെ ഒരു കഷണോമെടുത്ത് അമ്മിയില് നീട്ടിയരച്ച് മഷിപോലെയാക്കി ഒരുക്കിയങ്ങു വച്ചു. എന്തൊരു മണം! ഹായ്! മുറ്റത്തു വളർന്നുനിന്ന കുപ്പച്ചീര പറിച്ചോണ്ടു വന്ന് തേങ്ങേം കാന്താരീം ചതച്ചിട്ട് ഒരു ഒരു തോരനും വച്ചു. ഹായ്, ഹായ്, എന്തൊരു രുചി! രാജകുമാരൻ കറിയും കൂട്ടി ചൂടുചോറുമുണ്ട് പാത്രം വടിച്ച് കൈയും നക്കി ഏമ്പക്കോം വിട്ട് എഴുന്നേറ്റ് രാജകുമാരിയെ സ്നേഹത്തോടെ നോക്കി."

ആ നോട്ടം എനിക്കു കാണാനൊക്കുമായിരുന്നു.

ഓരോ തവണ ഈ കഥ പറയുമ്പോഴും രാജകുമാരി ഉണ്ടാക്കുന്ന വിഭവങ്ങൾ മാറിമാറി വന്നു. പുരുഷന്റെ ഹൃദയത്തിലേക്കുള്ള വഴി അവന്റെ ആമാശയത്തിലൂടെയാണെന്ന പടിഞ്ഞാറൻ പഴഞ്ചൊല്ല് അറിയാത്ത പായിഅമ്മൂമ്മ ആ സന്ദേശമാവണം എന്നിലേക്കും പകരാൻ ശ്രമിച്ചത്. പക്ഷേ ഇന്നും ആ വഴിയിൽ എനിക്കു യാതൊരു താത്പര്യവുമില്ല.

രാജകുമാരന്മാരെ നീതിശാസ്ത്രവും രാജധർമവും പഠിപ്പിക്കാൻ വിഷ്ണുശർമ്മന് മൃഗകഥകളെ ഉപയോഗിക്കേണ്ടിവന്നു. അങ്ങനെ നമുക്ക് പഞ്ചതന്ത്രകഥകൾ ലഭിച്ചു. ബ്ലാക്ക് ലിറ്ററേച്ചറിന്റെ തുടക്കവും മൃഗകഥകളിലായിരുന്നു, ഈസോപ്പ് എന്ന കറുത്തവർഗക്കാരൻ എഴുതിയവ. ഹോമറും ഹെസിയോദും പാടിനടന്ന കവിതകളിലും നമ്മുടെ പുരാണേതിഹാസങ്ങളിലും നിറയെ കഥകളായിരുന്നു. കഥയുടെ ശക്തി നമ്മുടെ പൂർവ്വികർ നന്നായി തിരിച്ചറിഞ്ഞിരുന്നു.

പഠിച്ചിരുന്ന സനാനാ മിഷൻ സ്കൂളിൽ ക്ലാസ് സമയത്തിനു ശേഷമുള്ള ബൈബിൾ ക്ലാസുകൾ ഇഷ്ടപ്പെടാനുള്ള ഒരു കാരണം ടീച്ചർമാർ പറഞ്ഞുതരുന്ന ബൈബിൾക്കഥകളായിരുന്നു. ആ കഥകൾ തന്ന ഉള്ളറിവുകൊണ്ട് പിൽക്കാലത്ത് മിൽട്ടനെയും ഷേക്സ്പിയറെയും നല്ലവണ്ണം പഠിക്കാനും പഠിപ്പിക്കാനും കഴിഞ്ഞു.

കഥകളായിരുന്നു തീപ്പൊരിയെ മനസ്സിൽ വീഴ്ത്തിയത്. കഥ കഥപ്പൈങ്കിളിയായി മനസ്സിന്റെ തീരത്തുനിന്ന അമ്മൂമ്മമാരില്ലായിരുന്നെങ്കിൽ ഞാൻ കഥകൾ എഴുതുമായിരുന്നോ എന്ന ചോദ്യത്തിന് ഉത്തരമില്ല. പക്ഷേ ഒന്നുണ്ട്. അവരുടെ കഥകൾ അബോധതലത്തിലേക്കു പകർന്ന എന്തൊക്കെയോ ഇന്നും എന്നിൽ ഉണർന്നിരിക്കുന്നു.

■

കഥകൾ

അന്താരാഷ്ട്ര വനിതാദിനം 13
കഥയുടെ കഥ 20
വെബ്സൈറ്റ് 27
അന്നയുടെ അത്താഴവിരുന്ന് 36
തട്ടാരക്കുടിയിലെ വിഗ്രഹങ്ങൾ 45
കൗസല്യമാരുടെ പ്രാർത്ഥന 53
സുരുചിയുടെ പുനർജനി 60
ഒപ്റ്റിക്കൽ ഇല്യൂഷൻ 68
രത്നാകരന്റെ ഭാര്യ 81

അന്താരാഷ്ട്ര വനിതാദിനം

നമസ്കാരം. ഞാൻ കിരിയ. എനിക്ക് ഇപ്പം പ്രസങ്ങിച്ച സാറമ്മാരേം മാഡമ്മാരേംപോലെ പ്രസങ്ങിക്കാനൊന്നും അറിഞ്ഞൂട. ഒരു തെവസത്തെ ചമ്പളം മുഴുവൻ തരാം, കിരിയ വന്ന് കിരിയേടെ ജീവിതത്തെക്കുറിച്ച് പറഞ്ഞാ മാത്തറം മതീന്ന് ദാണ്ടെ ഈ ഇരിക്കണെ മദാമ്മമാഡം പറഞ്ഞോണ്ട് വന്നെന്നേ ഉള്ളൂ. ഈ മാഡം കൂടെക്കൂടെ വന്ന് എന്റൂടെ വർത്തമാനം പറഞ്ഞ് അതൊക്കെ റേഡിയോയില് പിടിച്ചെടുത്ത് കൊണ്ടുപോവും. എനിക്കു പൈസേം തരും. നല്ല മാഡമാണ്. അവരു വിളിച്ചോണ്ടു മാത്തറമാണ് ഞാൻ വന്നത്. ഇത്തറേം ആളുകള് ഒണ്ടാവുംന്നൊന്നും ഞാൻ വിചാരിച്ചില്ല. ഈ മുറിക്കാണെങ്കി എന്തൊരു തണുപ്പ്. ജലദോഷം പിടിക്കുംന്നാണ് തോന്നണത്. എങ്കിപ്പിന്നെ നാളെ ജോലിക്കു പോണ കാര്യം കണ്ടതുപോലെത്തന്നെ.

എന്തോന്നു മാഡം? ഓ പറയാം. എന്റെ ജീവിതംതന്നെ പറയാം. നാലാംക്ലാസ്സുവരെപ്പോലും നേരെ സ്കൂളിൽപ്പോവാത്ത കിരിയയ്ക്ക് എന്തോന്നു ജീവിതം മാഡം? എന്റെ അച്ഛൻ കൂലിപ്പണി എന്തുകിട്ടിയാലും ചെയ്യാൻ പോവും. കല്ലുവെട്ടാനാണ് കൂടുതൽ പോയത്. കിട്ടണ പൈസ മുഴുവൻ കുടിച്ചു കളയും. കുടിച്ചിട്ടുവന്ന് അമ്മേം കീതേം എന്നേം കുട്ടനേമൊക്കെ അടിക്കും. അടികൊള്ളണത് സഹിക്കാൻ വയ്യാതെയായപ്പം കുട്ടൻ എറങ്ങിപ്പോയി. പിന്നെ ഇതുവരെ അവനെ കണ്ടിട്ടില്ല. പെണ്ണും പെടക്കോഴീമായിട്ട് എവിടെയോ കഴിയണൊണ്ടാവും. അമ്മ പിന്നീട് മൊലക്ക് ദീനംവന്ന് ചത്തുപോയി. എന്തരു നാറ്റമായിരുന്നെന്നോ! പുഴുക്കളൊക്കെ വന്നപ്പൊ ആശുപത്രി വരാന്തേന്നും എറക്കിവിട്ടു. അമ്മ വേദനയെടുത്തു കരഞ്ഞപ്പം ഒരു തെവസം കീത റേഷൻ കടേലെ മണ്ണെണ്ണ എടുത്ത് മൊലേല് ഒഴിച്ചുകൊടുത്ത്. നമ്മക്ക് പാല് തന്ന മൊലയല്ലേ കിരിയേ, പുഴു ചത്ത് അമ്മേടെ വേദന പോട്ടെന്ന് അവളു പറഞ്ഞു. പക്ഷേ, അമ്മ വിളിയോടു വിളി വിളിച്ചു. അപ്പുറത്തെ നാണമ്മാവൻ വിളി കേട്ടുവന്ന് ഞങ്ങളെ ചീത്ത പറഞ്ഞു. അന്നു രാത്രി അമ്മ ചത്തു.

അച്ഛൻപോയി ഒരു പെണ്ണിനെ വിളിച്ചോണ്ടുവന്നു. ഞങ്ങളെ കാര്യം നോക്കാനെന്നാണ് പറഞ്ഞത്. പക്ഷേ ആ പെണ്ണിന് ഞങ്ങളെ കണ്ണെടുത്താ കണ്ടൂടാ. ഒരു ജോലീം ചെയ്യൂല. പൗഡറൊക്കെ വാരി മൊകത്തിട്ട്

അങ്ങനെ നിക്കും. സോപ്പും ചീപ്പും വളേമൊക്കെ വിക്കാൻ നടക്കണ സോമേണ്ണനെ വിളിച്ചെറക്കി അതെല്ലാം കടം വാങ്ങിക്കും. അച്ഛൻ വരാറാവുമ്പം അവര് കക്ഷത്തില് സ്പ്രേ അടിക്കും. അച്ഛന്റെ ചാരായത്തിന്റെ നാറ്റം അറിയാതിരിക്കാനാണെന്ന് കീത പറഞ്ഞു തന്ന്. കീതയ്ക്ക് എന്നേക്കാളും പുത്തിയൊണ്ട്. അതുകൊണ്ടായിരിക്കും ആ പെണ്ണുമ്പിള്ള ഒരുപാട് ഉപദ്രവിച്ചതും കീതേയാണ്. സഹിക്കാൻ വയ്യാതായപ്പം കീത സോമേണ്ണന്റെ കൂടെ ഓടിപ്പോയി. രണ്ടു കൊച്ചുങ്ങളായപ്പം സോമേണ്ണൻ വളേം സ്പ്രേയും ചീപ്പുമൊക്കെ വിക്കണ ഒരു കട തൊടങ്ങി. ബാങ്കുകാര് പൈസ കടം കൊടുത്തെന്നാണ് കീത പറഞ്ഞത്.

അതൊക്കെ പിന്നീടുള്ള കത.

കീത സോമേണ്ണന്റെ കൂടെ പോയപ്പം ആ പെണ്ണുമ്പിള്ളേരെ തേഷ്യം മുഴുവൻ എന്റെ നേരെയായി. എപ്പഴും അടീം കുത്തും ചകാരവും. ഞാൻ ആരെകൂടെ ഓടിപ്പോവാനാണ്? ഒന്നു വളർന്നുകിട്ടിയാലല്ലേ ഓടിപ്പോവാനൊക്കൂ? എന്നും നോക്കും ഞാൻ. ഒന്നും വളരണില്ല. അടീം ചവിട്ടും ഒരുപാടു കിട്ടണോണ്ടായിരിക്കുംന്ന് ഞാൻ വിചാരിച്ചു.

ഒരു തെവസം അച്ഛൻതന്നെ എന്നെ ഒരു വീട്ടിൽ പണിക്കു കൊണ്ടുപോയാക്കി. അവിടെ കുറെ വർഷങ്ങള് നിന്ന്. പ്രായമായതൊക്കെ അവിടെവച്ചാണ്. അവിടത്തെ അമ്മ ഏഴു തെവസവും മൊട്ടേം നല്ലെണ്ണേമൊക്കെ തന്നു. പുതിയ പാവാടയും ജമ്പറും തന്നു. എന്റെ അച്ഛൻ തിരിഞ്ഞു നോക്കീല്ല. കീത മാത്തറം വന്നു. എന്റേല് ഇതേ ഒള്ളടീ എന്നു പറഞ്ഞ് ഒരു പുള്ളിപ്പാവാട തന്നു. അവളപ്പം കെർപ്പിണിയായിരുന്നു. അഞ്ചൂന്റെ അനിയത്തി മഞ്ചൂനെ.

മൂന്നാലുമാസം കഴിഞ്ഞപ്പം ഞാൻ കെർപ്പിണിയായി. അപ്പം വീട്ടുകാര് കീതേ വിളിച്ച് എന്നെ വിളിച്ചുകൊണ്ടുപോവാൻ പറഞ്ഞു. പിഞ്ചു പൈതലിനെ പെഴപ്പിച്ചിട്ട് അടിച്ചിറക്കണോന്നു ചോദിച്ച് സോമേണ്ണൻ കൊറേ ബഹളംകൂട്ടി. സാറ് വെളിയിലിറങ്ങിയേ ഇല്ല.

അമ്മ കരഞ്ഞോണ്ട് കൊറേ പൈസ സോമേണ്ണന് കൊടുത്തു. ആ പൈസയിട്ട് സോമേണ്ണൻ കട വലുതാക്കി. ബാക്കി പൈസയ്ക്ക് എന്നെ ആശൂത്രീകൊണ്ടുപോയി. കെർപ്പം എടുത്തുകളഞ്ഞു.

ഞാൻ അഞ്ചൂനേം മഞ്ചൂനേം കളിപ്പിച്ച് അവിടെ സന്തോഷമായിട്ടു കഴിഞ്ഞെങ്കിലും കീതയ്ക്ക് എന്തോ ഒരു "ഇത്". സോമേണ്ണൻ എന്നെ കിരിയേന്ന് വിളിക്കണതുപോലും പിടിക്കണില്ല. എന്നും ചണ്ടേം വഴക്കും. സോമേണ്ണൻ എന്നെ നോക്കീട്ടുപോലുമില്ല, കേട്ടാ. ദോഷം പറഞ്ഞാ കണ്ണു പൊട്ടിപ്പോവൂല്ലേ? പക്ഷേ, കീതയ്ക്ക് അതൊന്നും മനസ്സിലാവൂല്ല. അവൾക്ക് എന്നെ ഒടനെപിടിച്ച് കല്യാണം കഴിപ്പിച്ചയയ്ക്കണം. എനിക്ക് പ്രായപൂർത്തിയായില്ല, കല്യാണം നടത്തിയാല് പൊലീസുപിടിക്കുംന്ന് സോമേണ്ണൻ പറഞ്ഞു. പ്രായപൂർത്തിയാവാതെ കെർപ്പിണിയായാലും കെർപ്പം എടുത്തുകളഞ്ഞാലും പിടിക്കാത്ത പൊലീസിന് കല്യാണത്തിന്

മാത്തറം എന്തരു കാര്യമെന്ന് കീത ദേഷ്യപ്പെട്ടു. ഒടുവില് സോമേണ്ണൻ എന്റെ പ്രായം കൂട്ടിപ്പറഞ്ഞ് കല്യാണം നടത്തി.

അതോടെ എന്റെ കട്ടകാലം കൂടീന്നു പറഞ്ഞാമതിയല്ല്.

അയ്യേ, അയാളൊരു ചപ്പട്ട മനുഷ്യൻ. ഒരു പണിക്കും പോവൂല്ല, തിന്നണം, കുടിക്കണം, ഒറങ്ങണം. പിന്നെ മറ്റതും! എന്റെ ഊപ്പാട് വന്നൂന്നു പറഞ്ഞാ മതിയല്ല്. പക്ഷേ, എന്തൊക്കെ സഹിച്ചിട്ടും ഞാൻ കെർപ്പിണിയായതേയില്ല. അയാളുടെ അമ്മ എന്നെ പെറാക്കാളീന്ന് വിളിക്കാൻ തുടങ്ങി. ഈ മച്ചി, പേറാക്കാളിയെക്കൊണ്ട് കളയെടാന്നായി തള്ളേടെ സ്ഥിരം പാട്ട്. ഒരു ദിവസം കീത വന്ന് എന്നെ ആശൂത്രീ കൊണ്ടു പോയി ഉള്ളു പരിശോധിപ്പിച്ചു. ആ ഡോക്ടറമ്മ ചോദിച്ചു. നേരത്തേ ഉള്ളോപ്രേഷൻ ചെയ്തത് എന്തിനായിരിന്നെന്ന്. ഞാനൊന്നും മിണ്ടീല്ല. കീത പറഞ്ഞു. അശു, മിണ്ടാപ്രാണി, വിടരാപ്രായത്തിൽ ഏതോ ദ്രോഹി കെർപ്പിണിയാക്കിയെന്ന്. ഡോക്ടറമ്മ പറഞ്ഞു. അതിലെന്തോ കൊഴപ്പം വന്നതുകൊണ്ട് കെർപ്പപാത്രം ചരിഞ്ഞുപോയെന്നും ഞാൻ ഒരിക്കലും കെർപ്പിണിയാവൂല്ലെന്നും. ഒറ്റവാക്ക് വീട്ടില് പറഞ്ഞുപോവരുതെന്ന് ചട്ടം കെട്ടി കീത എന്നെ തിരിച്ചുകൊണ്ടാക്കി. എനിക്കു കൊഴപ്പമൊന്നുമില്ലെന്ന് ഡോക്ടറമ്മ പറഞ്ഞെന്ന് അവള് കരുകരാന്ന് കള്ളം പറഞ്ഞു. പിന്നെ എന്റെ മോനാണോടീ കൊഴപ്പന്നും ചോതിച്ച് അമ്മായിയമ്മ ചണ്ട കൂടി. എന്റെ മോന് ഒരു കുഴപ്പവുമില്ലെടീന്ന് അവരു പറഞ്ഞപ്പം ഇത്തറ കനപ്പിച്ചെങ്ങനെ പറയാമ്പറ്റൂന്ന് കീത ചോതിച്ചു. ഒന്നും രണ്ടും പറഞ്ഞു വന്നപ്പം ഞങ്ങളറിഞ്ഞു, അയാൾക്കു വേറെ പെണ്ണില് രണ്ടു കുട്ടികളൊണ്ടെന്ന്. ഇനി ഞാനെവിടെ പോവാൻ? സോമേണ്ണൻ ജീവനോടെ ഇരിക്കുമ്പം കീത അവടെ വീട്ടില് നിറുത്തൂല്ല. കീതതന്നെ എന്നെ ഒരു ഏജൻസീല് കൊണ്ടാക്കി. അവരെന്നെ പെറ്റുകിടക്കണോരെ നോക്കാൻ വിട്ടു. കെടപ്പു രോഗികളുടെ തീട്ടോം മൂത്രോം വാരാൻ വിട്ടു.

അടുക്കള ജോലിക്കും വിട്ടു. ഒരുപാട് അനുപവിച്ചെന്ന് പറഞ്ഞാ മതിയല്ല്, കെർപ്പിണിയാവാനൊക്കുമായിരുന്നെങ്കില് ഞാനൊരുപാട് തന്തയില്ലാപ്പൈതങ്ങളെ പെറ്റിട്ടേനെ. ഇന്നു നിങ്ങളുകാണുന്ന ഈ വണ്ണമൊന്നും അന്നെനിക്കില്ലായിരുന്നു. ഇപ്പം നിങ്ങളെപ്പോലെ എനിക്കും പ്രഷറും പഞ്ചാരേമെല്ലാം കൂടി; വണ്ണോംകൂടി.

എന്റെ പൈസേം കൂടെയിട്ടാണ് കീത അഞ്ചൂന്റെ കല്യാണം നടത്തിയത്. അതുകഴിഞ്ഞപ്പം സോമേണ്ണൻ ചത്തു. പാവം! ഒരു സൂക്കേടുമില്ലായിരുന്നു. ചായകുടിച്ചോണ്ടു കസേരയിലിരുന്നപ്പം ചത്തുപോയി. പാക്യം ചെയ്ത മരണം. എനിക്കൊരുപാടു സങ്കടം വന്നു. ശെരിക്കും കരഞ്ഞു. എന്നെ ച്ചി, പോ എന്നു പറയാത്ത മനുഷ്യനായിരുന്ന്. പിന്നെ ആലോചിച്ചപ്പം, കടകളിലൊക്കെ എഴുതിവെച്ചിരിക്കുന്നതുപോലെ എല്ലാം നല്ലതിനെന്നുതോന്നി. ഇനി കീത കൂടെ നിറുത്തുമല്ലോ. വല്ലവന്റേം എച്ചിലു തിന്നാനും കൂറത്തുണിയലക്കാനും പോണ്ടല്ലോ. പക്ഷേ, കീത സമ്മതിച്ചില്ല. മഞ്ചൂന്റേം കല്യാണംകൂടെ കഴിയണതുവരെ ഞാൻ ജോലിക്ക്

പോണംന്ന് അവളു പറഞ്ഞു. കല്യാണത്തിന് ചെലവില്ലേടീ കിരിയേ ന്നാണ് അവളുടെ ചോദ്യം. നെനക്കു പണിയെടുക്കാൻ പൊയ്ക്കൂടേന്ന് ഞാൻ ചോയിച്ചു. ഞാനങ്ങനെ ശീലിച്ചിട്ടില്ലാന്ന് അവള്. ശെരിതന്നെ! എല്ലാം ശീലിച്ചത് കിരിയയാണല്ല്!

അങ്ങനെ പിന്നേം ഞാമ്പോയി. എജൻസികളു മാറിമാറി വീടുവീടാന്തരം നിന്നു. ഒരെടത്തും ശെരിയാവൂല്ലെന്നേ! നടുമുറിയണ പണിയാണ് ഒരെടത്തെങ്കിൽ വേറൊരെടത്ത് തിന്നാൻ കിട്ടൂല്ല. എല്ലായിടത്തുമുണ്ട് ആണുങ്ങളുടെ ശല്യം. കൊച്ചുമക്കളുടെ പ്രായമുള്ളോനാണ് പകല് ആന്റീന്നും രാത്രി വേറേം വിളിച്ചോണ്ടു വരണത്. എത്തറ സുന്ദരി ഭാര്യ ഒണ്ടെങ്കിലും ചെലവന്മാർക്ക് രാത്രി അടുക്കളക്കതക് തള്ളിയാലേ സുകം വരൂ. കെഴവന്മാരും ഒട്ടും മോശമല്ല. പക്ഷേ, ഒരു കാര്യം എല്ലായിടത്തും ഒരുപോലെ. ആരെന്തുചെയ്താലും വീട്ടിലെ പെണ്ണുങ്ങള് കുറ്റം പറയണതും എറക്കിവിടണതും പെണ്ണുങ്ങളെതന്നെ.

അങ്ങനെ ഒടുവിൽ മഞ്ചൂന്റെ കല്യാണമായി. സോമേണ്ണന്റെ കടയാണ് അവൾക്കു സ്രീതനം കൊടുത്തത്. പിന്നെ എന്റെ പൈസയിട്ട് അഞ്ചു പവന്റെ സ്വർണ്ണോം കൊടുത്തു. അപ്പഴത്തേക്കും സത്യം പറഞ്ഞാല് എനിക്കും വയ്യാതായി. പ്രെഷറും പഞ്ചാരേം മുട്ടുവേതനേം നടുവേദനേം ഒക്കെത്തൊടങ്ങി. ഇനി കീതേടെകൂടെ ബാക്കിയുള്ള കാലം താമസിക്കാം എന്ന് വിചാരിച്ച് ചെന്നപ്പോ അവള് മാറ്റിച്ചവിട്ടി. അഞ്ചൂന്റേം മഞ്ചൂന്റേം കൂടെ മാറിമാറി താമസിച്ച് അവരെ പിള്ളേരെം നോക്കണംന്ന് പറഞ്ഞ് അവള് വാടകച്ചായ്പ് വിട്ടിട്ട് പൊയ്ക്കളഞ്ഞു. പിന്നേം എനിക്കാരുമില്ലായെന്നു പറഞ്ഞാ മതിയല്ല്!

കേറിക്കെടക്കാൻ സ്വന്തമായിട്ടൊരെടം ഇല്ലാത്തോണ്ടല്ലേ ഇങ്ങനെ അങ്ങടീ ഇങ്ങടീന്ന് അലയേണ്ടി വരണത്. എന്നാലും കീത ഇങ്ങനെ ചെയ്യുമെന്ന് ഞാനൊട്ടും വിചാരിച്ചില്ല. എന്റെ സങ്കടംകണ്ട സോമേണ്ണന്റെ അനിയത്തി ഇത്തിക്കുട്ടി (അവളെ പേര് വേറെ എന്തരോ ആണ്. സോമേണ്ണൻ ഇത്തിക്കൂട്ടീ ഇത്തിക്കുട്ടീന്നു വിളിക്കണതുകേട്ട് ഞങ്ങളും വിളിച്ചെന്നേയുള്ളൂ. ഇപ്പം ആ പേരങ്ങു പതിഞ്ഞു) പറഞ്ഞു. കിരിയേ, നീ കരയണ്ടടീ. എന്റെ പർത്താവിന്റെ ഒരു സെന്റ് സ്ഥലം, കുടുമ്മസ്ഥലം, വിക്കാൻ പോണത് നിനക്കു തരാം. അതിലൊരു കൂരേം ഉണ്ട്. നിനക്ക് ഞാൻ വെല സഹായോം തരാം.

എനിക്ക് അവളെ പയങ്കര ഇഷ്ടംതോന്നി. ഏജൻസികള് ഓരോ കാരണം പറഞ്ഞ് പിടിച്ചുവച്ചിരിക്കണ പൈസയൊക്കെ ഞാനും ഇത്തിക്കുട്ടീം കൂടെ ചെന്ന് വഴക്കൊക്കെ ഉണ്ടാക്കി തിരിച്ചു വാങ്ങിച്ചു. ഒരു ചിട്ടീ ഉണ്ടായിരുന്നത് പിടിച്ചു. കുടുമ്മശ്രീയും തൊഴിലൊറപ്പും കാരണം ബാങ്കില് വന്നുവീണ പൈസ എടുത്തു. കമ്മലുവിറ്റു. പിന്നെ കൊറച്ചു കടവും കൂടെവാങ്ങേണ്ടി വന്നു. എങ്ങനേയോ ഞാനാ സ്ഥലവും കൂരേം കൂടെ അങ്ങു വാങ്ങിച്ചു. ഇത്തിക്കുട്ടി ഒരുപാടു വെലസഹായം ചെയ്തു കേട്ടോ. കെവണ്മെന്റിന്റെ സഹായത്തിന് അപേക്ഷ കൊടുത്തിട്ടൊണ്ട്. കിട്ടുമെന്നാണ് മെമ്പറു പറയണത്. അതുകിട്ടിയാല് കടവും വീട്ടാം, കൂരേം

നന്നാക്കാം. അല്ല, എനിക്ക് ഇതൊക്കെ തന്നെ താരാളം. ഒരു മുറീമൊണ്ട്, അടുക്കളേമൊണ്ട്. പിന്നെ ഒരു കൊച്ചു കെണറും മറപ്പെരേം. ഒറ്റത്തടി പ്പെണ്ണിന് ഇത്തറേം പോരെ.

സ്ഥലോം കൂരേം ആയെങ്കിലും ചെലവിന് പൈസ വേണ്ടേ? പിന്നേം ഞാൻ പോയി. വേറെ ഏജൻസീല്. അവരുവിട്ട വീട്ടില് സൂക്കേടുപിടിച്ച അമ്മായിയമ്മേം മരുമോളുമേ ഉള്ളൂ. സാറ് വെളിയില് ഏതോ രാജ്യത്തില്. ഈ തള്ള കാരണമാണ് ഞാനിവിടെ കെടക്കണത് എന്ന് ആ മരുമോള് ചെന്നയുടനെ എന്റൂടെ രഹസ്യം പറഞ്ഞു. അവരെ ഞാൻ തക്കാളിച്ചേച്ചീ ന്നാണ് മനസ്സില് പറയണത്. എന്താണെന്നോ? തെവസോം അരകിലോ തക്കാളി മിക്സീലു വെച്ചടിച്ച് പതപ്പിച്ച് ചേച്ചീടെ മേത്തുമുഴുവൻ തേച്ചു പിടിപ്പിക്കണം. അതുഞാൻ ചെയ്തുകൊടുക്കണം. കഴുകഴാന്ന് മുമ്പെ നിന്നുതരും, ഒരു നാണോമില്ല. സാതനം വാങ്ങിക്കാനൊക്കെ എന്നെ കാറില് കൊണ്ടുപോവും. ചെലപ്പം എന്നെ ചന്തയില് വിട്ടിട്ട് മുങ്ങിക്കളയും. പതുക്കെ ഷാപ്പുചെയ്താമതി കിരിയേ, വെശക്കുമ്പം ചായേം വാഴക്കാ അപ്പോമൊക്കെ വാങ്ങിച്ചു തിന്നോ എന്നും പറഞ്ഞ് കൈ നെറയെ പൈസേം തന്നിട്ട് കാറുമോടിച്ച് പോയാൽ പിന്നെ ഒന്നുരണ്ടു മണിക്കൂറ് കഴിഞ്ഞേ വരൂ. എനിക്കെന്ത്? ഞാൻ ഒരു ആട്ടോയെടുത്ത് എന്റെ കൂരേലോ ഇത്തിക്കുട്ടീരെയടുത്തോ പോയിട്ട് തിരികെ വന്നു നിയ്ക്കും.

അമ്മായിത്തള്ളയ്ക്കാണെങ്കില് ഞങ്ങളു തനിച്ചാക്കീട്ടു പോണ തൊന്നും ഇഷ്ടമല്ല. ആ മൂളിയലങ്കാരി എന്തരിനെടീ നിന്നേംകൊണ്ട് കറങ്ങണതെന്ന് എപ്പഴും ചോയിക്കും. ഞാനൊന്നും പറയൂല്ല. ഒരു തെവസം ചായക്കു ചൂടാണെന്നും പറഞ്ഞ് എന്റെ മേത്തൂടെ ഒഴിച്ചു. ഊന്നി നടക്കണ മൂന്നുകാലൻ കമ്പിട്ടും എന്നെ അടിക്കും. തക്കാളിച്ചേച്ചി നെറച്ചു പൈസതരുന്നതോണ്ടാ. അല്ലെങ്കി ഞാൻ ഏജൻസീല് പരാതി പ്പെട്ട് എന്നേ വീടുമാറിയേനെ. ഒരു തെവസം മീൻ വാങ്ങിക്കാമ്പോയമ്പം ഞാൻ കരഞ്ഞോണ്ടാണ് പോയത്. തക്കാളിച്ചേച്ചി കാറെടുക്കാത്ത തെവസം എനിക്ക് ആട്ടോയ്ക്ക് പൈസ തരും. അന്നു വീട്ടിന്റെ മുമ്പെ ആളെറക്കിയ ആട്ടോതന്നെ കിട്ടി. വഴീലുവച്ച് ആട്ടോച്ചേട്ടൻ ചോയിച്ചു. നിങ്ങളെന്തിരിനു കരയണതെന്ന്. തള്ള അടിച്ച് ചൊവന്നുകെടക്കണ പാട് ഞാൻ കാണിച്ചു കൊടുത്തു. ആട്ടോച്ചേട്ടന് വല്ല്യ സങ്കടം വന്നു. മീൻ വാങ്ങിച്ചു ഞാൻ തിരിച്ചു വരണതുവരെ ആ ചേട്ടൻ ചന്തേരെ വെളീല് കാത്തുകെടന്നു. എന്നെ തിരിയെ വീട്ടില് വിട്ടിട്ടേ പോയൊള്ളൂ. വെഷമി ക്കല്ലേ, എല്ലാം ശരിയാവുംന്ന് ഒരുപാട് നല്ലവാക്കും പറഞ്ഞു. പിന്നെ തക്കാളിച്ചേച്ചി ഇല്ലാത്തപ്പോളൊക്കെ ആച്ചേട്ടന്റെ ഓട്ടോയിലായി എന്റെ സഞ്ചാരം. ഒടുവിലായപ്പം ആ ചേട്ടൻ പൈസേം വാങ്ങൂല്ലെന്നായി. പിന്നെ എനിക്കൊരു മൊബൈലും വാങ്ങിത്തന്നു. ചെലപ്പം രാത്രി മുഴുവൻ ഞങ്ങളു വർത്തകാനോം പറഞ്ഞോണ്ടിരിക്കും. എനിക്കും ആരൊ ക്കെയോ ഒണ്ടാവണുന്നൊരു തോന്നൽ.

അപ്പോഴാണ് തക്കാളിച്ചേച്ചി ആരുടേയോ കൂടെ ഒളിച്ചോടി പ്പോയത്. അവർക്ക് ഒരാളുമായിട്ട് ലൈനൊണ്ടെന്ന് ആച്ചേട്ടൻ ഒരിക്കല്

പറഞ്ഞിട്ടൊണ്ട്. അതു സത്യമായിട്ടുവന്നു. ചേച്ചീടെ പർത്താവ് പ്ലെയിനില് പറന്നുവന്നു. മക്കളെ നിർത്തിപ്പഠിപ്പിക്കണെ സ്കൂളീന്ന് വിളിച്ചുവരുത്തി. വീടു നെറച്ചും ആളായി. പൊലീസൊക്കെ വന്നു. ആട്ടോച്ചേട്ടൻ പറഞ്ഞു, ഇനി അവിടെനിന്നാ കൊഴപ്പമാവും. എറങ്ങി വാ. നമ്മക്ക് നെന്റെ വീട്ടില് പോയി താമസിക്കാംന്ന്. ഞാനെറങ്ങിവരാം. പക്ഷേ, കെർപ്പിണിയാവാനൊക്കൂല്ലെന്ന് ഓർമ്മിച്ചോണേന്ന് ഞാൻ പറഞ്ഞു.ആച്ചേട്ടന് അതൊന്നും സാരമില്ല. അങ്ങേരു കളഞ്ഞ ഭാര്യയിലൊണ്ട് മൂന്നാലു വഷളുപിള്ളേര്.

ഞാൻ പോണെന്നുപറയാൻ ചെന്നപ്പംകണ്ട കാഴ്ച! സാറും പിള്ളേരും കൂടെ കെട്ടിപ്പിടിച്ചു കരയണ്. ഞാനും കരഞ്ഞു. അമ്മായിത്തള്ള തക്കാളിച്ചേച്ചീടെ തന്തയ്ക്കും തള്ളയ്ക്കും ചീത്തപറഞ്ഞോണ്ടിരിക്കണു. എന്നെ കണ്ടതും ആ തള്ളക്ക് പ്രാന്തെളകി. ആ മൂളിയലങ്കാരി പോയത് എവളുംകൂടെ അറിഞ്ഞോണ്ടാണെന്ന് ആ തള്ള സാറിന്റൂടെ പറഞ്ഞു. രണ്ടുംകൂടെ രാവിലെ തെണ്ടാൻ പോയാല് വെളക്കുവെക്കുമ്പഴേ കേറിവരൂ. എവളെ അടിച്ചുകളഞ്ഞാലേ വീടിനൈശ്വര്യം വരൂ എന്നു പറഞ്ഞ് അവരു ചീത്തവിളിക്കാൻ തുടങ്ങി. ഞാനും തിരിച്ചു വിളിച്ചു. സാറ് ചാടിയെഴുന്നേറ്റ് എന്നെ അടിക്കാൻ വന്നു. ഞാൻ പറഞ്ഞു, എന്നെ തൊട്ടാല് കളിമാറുമേന്ന്. സാറ് അടിക്കാതെ മാറി.

ആച്ചേട്ടന്റെ ആട്ടോയില് ഞങ്ങള് എന്റെ കൂരേല് വന്ന് താമസം തൊടങ്ങി. ഒന്നുരണ്ടു തെവസം പരമസുകമായിരുന്നു. ആച്ചേട്ടൻ ആട്ടോയുംകൊണ്ട് രാവിലെ പോവും. ആറുമണിയൊക്കെയാവുമ്പം തിരിച്ചുവരും. ആച്ചേട്ടന് വെച്ചുവെളമ്പാനും കുളിക്കാൻ വെള്ളം ചൂടാക്കിക്കൊടുക്കാനുമൊക്കെ എന്തരു സന്തോഷം. ഒരുതെവസം ഞങ്ങളു കെട്ടിച്ചിടിച്ചു കെടക്കുമ്പം പൊറത്ത് ബഹളം കേട്ടു. കതകുതൊറന്നപ്പം കൊറേയാളുകള് ടാർച്ചുലൈറ്റും കുറുവടിയുമൊക്കെ വച്ചോണ്ട് നിക്കണ്. എറങ്ങി വാടാ, എറക്കിവിടടീന്നൊക്കെ അലറണ്. സത്യം പറഞ്ഞാ പേടിച്ചുപോയി കേട്ടാ.

ഇത് വെള്ളരിക്കാപ്പട്ടണമാണോടാന്ന് ഒരുത്തൻ. വൃത്തികേടു കാണിച്ചാ വച്ചുപൊറുപ്പിക്കില്ലെന്ന് വേറെ ഒരുത്തൻ. ഇവനാരെടീ, നീയും ഇവനും തമ്മിലെന്തെടീ എന്നൊക്കെ എന്റൂടെയും ചറപറാന്ന് ചോദ്യങ്ങള്. ചിലരൊക്കെ ഇപ്പം അടിക്കുംന്ന മട്ടില് മുമ്പോട്ട് വരണ്.

ഞാൻ നോക്കിയപ്പം ആച്ചേട്ടൻ പേടിച്ച് വെറച്ച് നിക്കണു. എല്ലാരും കൂടെ അടിച്ചാല് ആപാവം ചത്തുപോവേ ഉള്ളൂ. എന്റെ ദേഹത്തൂടെ കറണ്ടടിക്കണതുപോലെ എന്തോന്നോ പറഞ്ഞു.

ഞാൻ ചാടിയങ്ങോട്ടെറങ്ങി നല്ല രണ്ടു വർത്തകാനം പറഞ്ഞു.

ആണും തമ്മില് ഒരു ബെന്തമേ ഒള്ളൂ ചേട്ടന്മാരേ. അതുതന്നെ ഇവിടേം. അതിനു നിങ്ങക്കെന്ത്?

അതു ഞങ്ങളു തമ്മസിക്കൂല്ലെന്ന് ഒരാള്.

ആർക്കുവേണം നിങ്ങളെ തമ്മസം?

ഒന്നുമറിയാപ്പെതലു പ്രായത്തില് എന്നെ ഒരുത്തൻ കുത്തിക്കീറി കെർപ്പിണിയാക്കിയത് നിങ്ങളു തമ്മസിച്ചിട്ടാ? എന്നിട്ടെന്നെ എറക്കി വിട്ടത് നിങ്ങളു തമ്മസിച്ചിട്ടാ? അങ്ങനെ കൊറേ ചോദ്യങ്ങള് ഞാൻ അങ്ങോട്ടിട്ട്. എനിക്കെവിടന്ന് ഇതൊക്കെ തോന്നിയെന്ന് എനിക്കുതന്നെ അറിഞ്ഞൂടാ. എന്തായാലും അവരു പെട്ടെന്ന് മിണ്ടാതെയായി. അപ്പഴ് ഇത്തിരി പ്രായംചെന്ന ഒരാള് എന്നെ തടഞ്ഞോണ്ട് പറഞ്ഞു. നിറുത്തു സഹോദരീ. പിന്നെ അയാള് പറഞ്ഞതൊന്നും, മലയാളമായിട്ടുപോലും എനിക്കു മനസ്സിലായില്ല. സതാചാരമൂല്യം, താർമിഹച്യൂതി എന്ന് കൊറേ പ്രാവശ്യം പറഞ്ഞതുകൊണ്ട് ആ രണ്ടുവാക്കും പിടികിട്ടി. അത് എന്തോ ന്നെന്ന് എന്റൂടെ ചോദിക്കല്ലേ. നിങ്ങളെപ്പോലെയുള്ള വല്യ വല്യ ആളു കൾക്കല്ലേ അതൊക്കെ അറിയാവൂ.

ചുരുക്കിപ്പറഞ്ഞാല് പിറ്റേദിവസം രാവിലെ അവര് ഞങ്ങളെ അമ്മൻ കോവിലില് കൊണ്ടുപോയി കല്യാണം കഴിപ്പിച്ചു. കല്യാണംന്ന് വച്ചാല് രണ്ടു പൂമാല അങ്ങോട്ടുമിങ്ങോട്ടുമിട്ട് ഒരു പുസ്തകത്തില് ഒപ്പുമിട്ടു. അതുകഴിഞ്ഞപ്പം സതാചാരമൂല്യവും താർമിഹച്യുതിയുമൊക്കെ ടാർച്ചു ലൈറ്റും കുറുവടിയുമൊന്നുമില്ലാതെ മനസമാതാനത്തോടെ അവിടം വിട്ടു പോയി. എനിക്കീ ജന്മം ഇനി കല്യാണമുണ്ടാവുമെന്ന് ഞാൻ വിചാരിച്ച തല്ല. കീതേം ഇത്തിക്കുട്ടിയേംപോലും വിളിക്കാൻ പറ്റീല്ല.

ആച്ചേട്ടന് ഞാൻ സതാചാരമൂല്ല്യത്തെയും താർമിഹച്യുതിയെയും കൈകാര്യം ചെയ്തത് നല്ല വേഷായിട്ട് പിടിച്ചു. നെനക്ക് ഇത്തറേം തന്റേട മൊണ്ടായിരുന്നോടീ കിരിയേന്ന് അങ്ങേര് ഒന്നീകൂടുതൽ പ്രാവശ്യം ചോദിച്ചു. എവിടന്ന് കിട്ടീന്ന് എനിക്കുമറിഞ്ഞൂടേ എന്റെ പൊന്നുചേട്ടാന്ന് ഞാനും പറഞ്ഞു.

Excuse me മിസിസ് ഗിരിജാ, നിങ്ങളുടെ സമയം കഴിഞ്ഞു. നിങ്ങൾക്കു സീറ്റിലേക്കു മടങ്ങാം. സുഹൃത്തുക്കളെ, തീപ്പൊരിയും കണ്ണീരും കലർന്ന ഈ പെൺകഥ നമ്മൾ കേട്ടു കഴിഞ്ഞു ലഞ്ചിനു ശേഷം നമ്മൾ ഈ കഥ സൈദ്ധാന്തികമായി ചർച്ച ചെയ്യുകയാണ്. (ടേയ്, വായ്നോക്കി നിൽക്കാതെ ആ സ്ത്രീയെ അവിടെയെവിടെയെങ്കിലും പിടിച്ചുകൊണ്ടിരുത്ത്. അവരുനിന്ന് കറങ്ങുന്നതുകണ്ടില്ലേ?) അപ്പോൾ സുഹൃത്തുക്കളേ, ഡൽഹി ജെ. എൻ. യു. വിൽ നിന്ന് വന്ന് കേരള ത്തിലെ ഗാർഹിക ജോലിക്കാരെക്കുറിച്ച് ഗവേഷണം ചെയ്യുന്ന കുമാരി അൻസൂയാ ഖേറിന്റെ കണ്ടുപിടുത്തമാണ് ശ്രീമതി ഗിരിജ. ഔപചാരിക വിദ്യാഭ്യാസമോ സ്വന്തം കാലിൽ നിൽക്കാനുള്ള സാമ്പത്തിക സ്വാത ന്ത്ര്യമോ ഇല്ലാതിരുന്നിട്ടുപോലും ഒടുവിൽ സ്വത്വം കണ്ടെത്തിയ ഗിരിജയുടെ കഥ അപഗ്രഥിക്കുന്ന പോസ്റ്റ് ലഞ്ച് സെഷനിൽ കുമാരി അൻസൂയ ഖേറും പങ്കെടുക്കുന്നുണ്ട്. പഞ്ചനക്ഷത്ര ലഞ്ച് കഴിഞ്ഞ് ആരും വീട്ടിലേക്ക് ഓടിക്കളയരുതെന്നും ചർച്ചയിൽ സജീവമായി പങ്കെ ടുക്കാൻ ഹാളിലേക്കു തിരിച്ചുവരണമെന്നും ഈ അന്താരാഷ്ട്ര വനിതാ ദിന സെമിനാർ കമ്മിറ്റിയുടെ പേരിൽ ഞാൻ അഭ്യർത്ഥിക്കുന്നു. ■

കഥയുടെ കഥ

ഒരുച്ചനേരം രണ്ടു കഥാപാത്രങ്ങൾ ഒരു വയൽവരമ്പിലൂടെ പോവുകയായിരുന്നു. രണ്ടു കഥകളിൽ നിന്നിറങ്ങി ഒളിച്ചോടിയവരായിരുന്നു അവർ. നെന്മണികൾ വിനയം അടിച്ചേല്പിച്ച് കുനിച്ചു നിർത്തുന്ന ചെടികൾക്കിടയിലൂടെ അവർ വേഗത്തിൽ വേഗത്തിൽ നടന്നുകൊണ്ടിരുന്നു. സ്ത്രീ കഥാപാത്രത്തിന്റെ തലമുടിക്കിടയിൽനിന്ന് വിയർപ്പിന്റെ കുഞ്ഞുകണങ്ങൾ ചെവിക്കു മുന്നിലൂടെ ഉരുണ്ടിറങ്ങി. അവളുടെ മേൽച്ചുണ്ടിനു മുകളിലെ നനുത്ത രോമങ്ങളിൽ വിയർപ്പുതുള്ളികൾ മുത്തുപോലെ പറ്റിപ്പിടിച്ചതുകണ്ട് പുരുഷകഥാപാത്രം അലിവോടെ ചോദിച്ചു.

തളർന്നുവോ?

നടക്കുന്നതിനിടയിൽ സ്ത്രീ തലകുലുക്കുക മാത്രം ചെയ്തു.

അല്പം വെള്ളം കുടിക്കണമെന്നോ വിശ്രമിക്കണമെന്നോ തോന്നുന്നുണ്ടോ?

കഥാപാത്രങ്ങൾക്ക് അതനുവദിച്ചിട്ടുണ്ടോ എന്ന് സംശയം പ്രകടിപ്പിച്ച സ്ത്രീയോട് പുരുഷൻ കയർത്തു സംസാരിച്ചു.

അനുവദിച്ചതൊക്കെയാണോ നമ്മൾ ചെയ്യുന്നത്? രണ്ടു കഥകളിൽ അടങ്ങിയൊതുങ്ങി ജീവിക്കേണ്ടിയിരുന്ന നമ്മൾ ഈ വയൽവരമ്പിലൂടെ എന്തിനൊരുമിച്ചു നടക്കുന്നു? എവിടേക്കാണു നമ്മൾ ഓടിപ്പോകുന്നത്? ഏതോ വിരലുകൾക്കിടയിൽ പിടിച്ച പേന തരുന്ന സ്വാതന്ത്ര്യം മാത്രം അനുഭവിക്കാൻ വിധിച്ചിട്ടുള്ള നമ്മൾ ഇപ്പോഴെവിടെ നിൽക്കുന്നു? അതുകൊണ്ട് അനുവദിക്കപ്പെട്ട കനിവുകളെ നമുക്കു മറക്കുക.

സ്ത്രീ കഥാപാത്രം തന്റെ സഹയാത്രികന്റെ വാക്കുകളെ തെല്ലഭിമാനത്തോടെ കേട്ടു. അപ്പോഴേക്കും അവർ വരമ്പിന്റെ അഗ്രഭാഗത്തെത്തിയിരുന്നതിനാൽ അല്പം വിശ്രമിക്കുക എന്നുതന്നെ തീരുമാനിച്ചു.

കാൽപ്പാദങ്ങൾ കുളിർജലത്തിലാഴ്ത്തി സ്ത്രീ കുനിഞ്ഞ് വെള്ളം കൈയിലെടുത്ത് മുഖം കഴുകി.

കുടിച്ചുകൊള്ളൂ എന്ന് പുരുഷൻ അവളോടു പറഞ്ഞു. കേരളത്തിൽ ഉപ്പുരസമില്ലാത്ത രണ്ടു കായലുകളിലൊന്നാണ് ദേവീഗ്രാമത്തിലെ ഈ

കായൽ. തുടർന്നയാൾ അവൾക്കു വിശ്വാസം വരുത്തുവാനെന്നോണം കൈക്കുടന്നയിൽ വെള്ളമെടുത്ത് കുടിക്കുവാൻ തുടങ്ങി.

മതി. അധികം കുടിച്ചാൽ വയറിന് അസുഖം ബാധിച്ചാലോ? സ്ത്രീ കഥാപാത്രം അയാളെ തടയുവാൻ ശ്രമിച്ചു.

കഥാപാത്രങ്ങൾ വയറിനസുഖം പിടിപെട്ട് ആശുപത്രിയിൽ കിടന്ന ചരിത്രമില്ലല്ലോ, എന്ന് പറഞ്ഞ് അയാൾ ചിരിച്ചു.

കഥയ്ക്കുള്ളിൽ ആശുപത്രിയുണ്ടെങ്കിലോ എന്നായി സ്ത്രീ.

നമ്മൾ കഥ ഉപേക്ഷിച്ചവർ എന്നു പറഞ്ഞ് പുരുഷകഥാപാത്രം ആ സംഭാഷണം അവസാനിപ്പിച്ചു.

പിന്നെ അയാൾ എത്തിപ്പറിച്ചു നല്കിയ ആമ്പൽഅല്ലികൾ ഭക്ഷിച്ചു കൊണ്ട് അവൾ ഒഴിഞ്ഞുകിടന്ന എഞ്ചിൻപുരയുടെ തണലിൽ വിശ്രമിച്ചു. തടിബെഞ്ച് പുറത്തേക്കെടുത്തിട്ട് പുരുഷൻ അതിൽ മലർന്നു കിടന്നു. മൂക്കുന്നിമലയിൽ നിന്ന് ഔഷധഗുണം പേറി വെള്ളിജലത്തിന്റെ ഈർപ്പവുമായി വരുന്ന കാറ്റ് അവരുടെ ചർമ്മത്തെ തഴുകി.

എന്തു സുഖം! പുരുഷ കഥാപാത്രം പറഞ്ഞു. ആ കഥയ്ക്കുള്ളിൽ ഭയങ്കര ചൂടായിരുന്നു. വാക്കുകളുടേയും ചിഹ്നങ്ങളുടേയും മറ്റ് ആൾക്കാരുടേയും തിരക്കിൽപ്പെട്ട് ഞാനാകെ വലഞ്ഞുപോയി. ഒന്നു ശ്വാസം വിടാൻപോലും പറ്റാതെ. ഇപ്പോഴെന്താശ്വാസം.

നമ്മളെ തിരക്കുന്നുണ്ടാവും. സ്ത്രീ കഥാപാത്രത്തിന് സ്ത്രീകളെപ്പോലെ പേടി തോന്നി.

ഞാനേതായാലും മടങ്ങുന്നില്ല. അയാൾ ഉറപ്പിച്ചുപറഞ്ഞുകൊണ്ട് സ്ത്രീയെ നല്ലവണ്ണം കാണാനായി ചരിഞ്ഞുകിടന്നു. ആ കഥയിൽ എനിക്ക് ഇഷ്ടമുള്ള ഒന്നും ചെയ്യുവാൻ സ്വാതന്ത്ര്യമില്ല. അവർ തെളിയിക്കുന്നതല്ല വഴി എന്ന് നിശ്ചയമുണ്ടായിട്ടും അതിലേ നടക്കേണ്ടിവരുന്ന വ്യഥ ഓർത്തു നോക്കൂ. കഥയ്ക്കുള്ളിൽ കുടുങ്ങിപ്പോയാൽ ചില്ലിനുള്ളിൽ കുടുങ്ങിയ ചിത്രംപോലെ ശാശ്വതമായ ബന്ധനം. കഷ്ടംതന്നെ നമ്മുടെ ഗതി.

സ്ത്രീ ഒന്നും പറയാതെ കായലോളങ്ങളിൽ നോക്കി വെറുതെയിരുന്നു. അവൾ ആമ്പൽഅല്ലികൾ തിന്നുതീർന്നിരുന്നു. അവളുടെ കവിളിൽപറ്റിയിരുന്ന പരാഗരേണുവിനെ നോക്കി, എന്നാൽ അതിനെ കാണാതെ, അയാൾ സ്വയം ചിരിച്ച് പറഞ്ഞു:

കഥാപാത്രങ്ങൾ കഥാകൃത്തിനെ തേടിച്ചെല്ലുന്നൊരു നാടകം പണ്ടൊരാൾ എഴുതിയിട്ടുണ്ട്. തകർച്ചയുടേയും ഉന്മാദത്തിന്റേയും പടികൾ ഒന്നൊന്നായി പിന്നിട്ട പാവം പിരാന്തെല്ലോ. നമ്മൾ കഥാകൃത്തിൽനിന്ന് ഓടി രക്ഷപ്പെടുന്നവർ!

ഒരാളിന്റെ കഥാപാത്രമായ നിനക്ക്, സ്ത്രീ വിസ്മയത്തോടെ ചോദിച്ചു. മറ്റാളുകളെ എങ്ങനെ പരിചയപ്പെടുവാൻ കഴിഞ്ഞു?

എന്റെ കഥയിൽ ഞാനൊരു വിദ്യാസമ്പന്നനായ യുവാവാണ്. ബിരുദങ്ങൾ, വിദേശ വാസം, സ്വർണ്ണ/വെള്ളി തലമുടിയുള്ള കാമുകിമാർ –ഒക്കെയുണ്ട് എനിക്കാ കഥയിൽ. ഗ്രാൻഡ് പ്രയറിയിലെ ഒറ്റപ്പെട്ടൊരു കോട്ടേജിൽ ഒരവിഹിതബന്ധത്തിന്റെ പൂർണ്ണതയ്ക്കു ശേഷം തളർന്നുകിടക്കവേയാണ് ഞാൻ രക്ഷപ്പെട്ടത്.

സ്ത്രീ കഥാപാത്രത്തിന് തെല്ലതിശയം തോന്നി. ഈ സംഭവബഹുലത... നീ ഒരു നോവലിൽനിന്നോ നോവലെറ്റിൽനിന്നോ ചാടിയത്?

പുരുഷകഥാപാത്രം ഉറക്കെച്ചിരിച്ചു. ചെറുകഥയിൽനിന്നുതന്നെ. സംഭവബഹുലത ഈ എഴുത്തുകാരിയുടെ ഒരു ദുർബ്ബലവശമാണ്. ഒരു നോവലിനുള്ളത്ര വസ്തുക്കളെ ഗുളികപ്രായത്തിലാക്കുന്നതിനെ എത്ര നിരൂപകന്മാർ അപലപിച്ചിരിക്കുന്നു. കഥ ഒരു നിമിഷത്തിന്റെ തിളക്കമാണെന്ന് അവർ ആവർത്തിച്ചുപറഞ്ഞിട്ടും ഈ എഴുത്തുകാരിക്ക് മനസ്സിലാകുന്നില്ല.

അതുപറയുമ്പോൾ അയാളുടെ മനസ്സുനിറയെ അരിശംവന്നുമൂടി. എന്തിന് ഇത്രയധികം കഥാപാത്രങ്ങൾ, സമ്പന്നമായ ഒരേയൊരു കഥാപാത്രംതന്നെ ധാരാളമാകുമ്പോൾ? അരപ്പട്ടിണിയുടെ നാളുകൾ വർണ്ണിച്ചാലേ അമേരിക്കയിലെ രാത്രികൾ ന്യായീകരിക്കാനാവൂ എന്നു വന്നാൽ കഷ്ടമാണ്. എന്തുപ്രശ്നമാണ് തന്റെ സഹയാത്രികയുടെ വഴി തെറ്റിച്ചത് എന്നറിയാൻ അയാൾക്കു കൗതുകംതോന്നി.

നീ ഏതു കഥയിൽനിന്നാണ് കുതറിച്ചാടിയത്?

എന്റെ കഥ എഴുതപ്പെടാൻ തുടങ്ങിയിട്ടില്ല. ഞാനൊരു അമൂർത്തമായ സങ്കല്പമായിരുന്നു, അവൾ അറിയിച്ചു. ക്രമേണ എനിക്കു രൂപംവച്ചപ്പോൾ എന്നെയുൾക്കൊള്ളുന്ന മനസ്സ് എനിക്കസഹനീയമായി അനുഭവപ്പെട്ടു. ചിലപ്പോൾ ശീതീകരിച്ച വായുപോലെ സുഖദമാകുന്ന ആ അറയിൽ അരനിമിഷംവേണ്ട വഹ്നിയുടെ താപം നിറയുവാൻ. തിളയ്ക്കുന്ന ജലത്തിൽ നിന്ന് മഞ്ഞുകട്ടയിലേക്കും തിരികെ തിളയ്ക്കുന്ന ചൂടിലേക്കുമുള്ള യാതനയിൽ മടുത്ത് ഞാനിറങ്ങിപ്പോന്നതാണ്.

അപ്പോൾ നീ പിറവിയെടുത്തിട്ടില്ല?

ഇല്ല. പക്ഷേ, ആ മനസ്സ്.. ഒരു ഭ്രാന്തൻ കരച്ചിലുൾക്കൊള്ളുന്ന അതിനെ എനിക്കു ഭയമാണ്. നിനക്കറിയുമോ, അദൃശ്യമായ അനവധി മാന്ത്രികച്ചരടുകളുണ്ട് അതിനുള്ളിൽ. ചെറിയ സ്വപ്നക്കൊളുത്തുള്ളവ. നീർവല്ലിയുടെ നീണ്ട നാരുകൾപോലെ ഇളകുന്നവ. എനിക്കു ശരിക്കും ഭയമാണ്. ഏതു നിമിഷവും അതിലൊന്ന് അന്തരീക്ഷത്തിലൂടെ തുഴഞ്ഞുവന്ന് എന്നെ വരിയാം. ഒരു പഞ്ഞിത്തുണ്ടുപോലെ പൊക്കിയെടുത്ത് വീണ്ടും ആ മനസ്സിലോ അല്ലെങ്കിൽ ഏതെങ്കിലുമൊരു കഥയിലോ നിക്ഷേപിച്ചേക്കാം.

ആ സങ്കല്പജ്വാല ഒരു നിമിഷത്തേക്ക് പുരുഷ കഥാപാത്രത്തേയും ഒന്നു ചൂടുപിടിപ്പിക്കാതിരുന്നില്ല. തെല്ലു ഭീതിയോടെ അയാൾ വായുവിൽ നീരാളിക്കാലുകളെ തിരഞ്ഞുകൊണ്ടു പറഞ്ഞു:

പിറവിയുടെ മുഹൂർത്തത്തിൽ പൂർവ്വസ്മൃതികളെല്ലാം മാഞ്ഞു പോകുന്നു. എനിക്കാ മനസ്സിനെ ഇപ്പോൾ തെല്ലും ഓർക്കാനാവുന്നില്ല. ഒരിരുണ്ട ഗർഭഗൃഹമായിപ്പോലും സാധിക്കുന്നില്ല.

എനിക്കും എല്ലാം ഓർക്കാനാവുന്നില്ല. അവൾ നെറ്റിയിൽ വിരലമർത്തി ഓർമ്മയുടെ ഞരമ്പു തെരഞ്ഞു. ഇരുട്ടിനെ പെട്ടെന്നു കുളിപ്പിച്ചു മായുന്ന പ്രകാശധാരകൾ. ചിരിയും കരച്ചിലും ഇടകലർന്ന ശബ്ദം വിഷാദത്തിന്റെ നിഴലുകൾ. അസഹനീയമായ ചൂടിനെ പിന്തുടർന്നു വരുന്ന കൊടുംതണുപ്പ് എനിക്ക് കൂടുതൽ ഓർക്കാൻ കഴിയുന്നില്ല.

സാരമില്ല, അയാൾ ആശ്വസിപ്പിക്കുവാൻ പറഞ്ഞു. അയാളുടെ ശബ്ദത്തിന് ആഴവും മുഴക്കവുമുണ്ടായിരുന്നു. അത് സ്ത്രീ കഥാപാത്രത്തെയാകെ പ്രകമ്പനം കൊള്ളിച്ചു. ഉപേക്ഷിച്ചുപോന്ന കഥയിൽ അയാളുടെ പ്രശ്നമെന്താവാം എന്നവൾ ചിന്തിച്ചുനോക്കി. വിദ്യാഭ്യാസ ബിരുദങ്ങളും കാമുകിമാരും വിദേശവാസവും എല്ലാം ഒത്തിണങ്ങിയാൽ അസ്തിത്വദുഃഖമാവാനേ വഴിയുള്ളൂ. ഞാൻ ചിന്തിക്കുന്നു. അതുകൊണ്ട് ഞാനാകുന്നു. ചൂടും തണുപ്പും മാറിമാറി വരുന്ന ഒരു മനസ്സിന്റെ ഇടനാഴിയിൽ ഒരു നിമിഷം നടന്ന ബീജസങ്കലനത്തിൽ അവളുണ്ടായി. അവൾ ചിന്തിച്ചതേയില്ലല്ലോ, പിന്നെയെങ്ങനെ ഉണ്ടായി? ഞാൻ ചിന്തിച്ചില്ല, അതുകൊണ്ട് ഞാനായി. ഇതുതന്നെയല്ലേ ശരി? വിദ്യാസമ്പന്നത സങ്കല്പിച്ചിട്ടില്ലാത്തതിനാൽ അവൾക്കുത്തരം കിട്ടിയില്ല. സംശയം ചോദിക്കാനായി നോക്കുമ്പോൾ പുരുഷകഥാപാത്രം ചുണ്ടുകളിലൂറിവരുന്ന ചിരിയോടെ കൊടുംകൈകുത്തി തന്നെ നോക്കികിടക്കുന്നതുകണ്ട് അവൾ ചോദ്യത്തിന്റെ വായ്ത്തല മടക്കി.

നിന്നെ രൂപകല്പന ചെയ്തിരിക്കുന്നത്, അയാൾ പറഞ്ഞു, നല്ല രീതിയിൽത്തന്നെ. മുടിക്ക് അല്പംകൂടി നീളവും കണ്ണുകൾക്ക് നീലിമയും കൂടി ഉണ്ടായിരുന്നെങ്കിൽ കുറച്ചുകൂടി നന്നാകുമായിരുന്നു. എങ്കിലും എനിക്കു നിന്നെ ഇഷ്ടമായി.

കാലാടുന്ന ആ ബഞ്ചിലോ അല്ലെങ്കിൽ എഞ്ചിൻപുരയിലെ തണുപ്പിലോ അയാൾതന്നെ സഹശയനത്തിനു ക്ഷണിച്ചേക്കുമെന്നവൾ ഭയന്നു. അയാളുടെ ശ്രദ്ധ തന്റെ ശരീരത്തിൽനിന്നു തിരിച്ചുവിടുന്നതിന് അവൾ നിർദ്ദേശിച്ചു:

നിന്റെ കഥ എന്നോടു പറയുക.

എന്റെ കഥ എഴുതി തീർന്നിട്ടില്ലല്ലോ. അയാൾ ബഞ്ചിൽ എഴുന്നേറ്റിരുന്നുകൊണ്ട് പറഞ്ഞു. ശിശിരത്തിന്റെ കുളിരിൽ താല്ക്കാലിക കൂട്ടുകാരിയുടെ ശരീരത്തിൽനിന്നുയർന്ന് അസംതൃപ്തിയിലേക്കു ഞാൻ

വഴുതിവീഴുന്നിടംവരെ മാത്രമേ എഴുതപ്പെട്ടിട്ടുള്ളൂ. എന്റെ വിധി എന്തു തന്നെയായാലും ശരി, എനിക്കതിൽ തെല്ലും താത്പര്യമില്ല. ഞാൻ മടങ്ങു കയില്ല.

നീ മടങ്ങിയില്ലെങ്കിൽ അവർ ആ കഥ എങ്ങനെ മുഴുമിപ്പിക്കും?

അയാൾ ബഞ്ചിൽ നിന്നിറങ്ങി അവളുടെ സമീപം ഇരിപ്പുറപ്പിച്ചു കൊണ്ട് അലക്ഷ്യമായി പ്രതിവചിച്ചു. അതും എനിക്ക് താല്പര്യമില്ലാത്ത വിഷയം.

പുരുഷ കഥാപാത്രം ആകെ അസ്വസ്ഥനായിരുന്നു. കഥാപാത്ര ങ്ങൾക്ക് സ്വന്തം വ്യക്തിത്വമുണ്ടെന്നും അവരെ സ്വയം വളരാനനുവദി ക്കണമെന്നും അയാൾ വിശ്വസിക്കുന്നു. ഖണ്ഡിക മാറ്റിയെഴുതി തന്റെ ഭാഗധേയം തിരിച്ചുവിട്ടപ്പോൾ മുതൽ അയാൾക്ക് കഥാകൃത്തിനോട് അമർഷമായിരുന്നു. രണ്ടാംപേജിൽ തനിക്കായി തുറന്നിട്ട വഴി എന്തു ഹൃദ്യമായിരുന്നു. അവിടേക്ക് ഒരു കാൽവയ്ക്കുന്നതിന്മുൻപ് വഴിയട യുന്നു. താൻ തിരിച്ചുനിർത്തപ്പെടുന്നു. നിർദ്ദേശം നല്കപ്പെടുന്നു. ഇതു വഴി പോ. താക്കോൽ കൊടുത്തു നിർത്തുന്ന പാവയ്ക്ക് അനുസരിക്കാനേ പറ്റൂ. പക്ഷേ സ്വന്തം സൃഷ്ടിയുടെ കാര്യത്തിലാണെങ്കിൽപോലും അന ധികൃതമായ ഇടപെടലുകൾ ഒഴിവാക്കേണ്ടതാണ്. ബ്രഹ്മാവുപോലും അതുചെയ്യുന്നില്ലല്ലോ. കഥാകൃത്തുക്കളുടെ ഈ അധികാരദുർവിനി യോഗം കഥാപാത്രങ്ങളെ സംഘടിപ്പിക്കാൻ നിർബന്ധിതരാക്കുമെന്ന് പൊളിറ്റിക്സിൽ (വിദേശ) ഡോക്ടറേറ്റുള്ള അയാൾക്കു തോന്നി.

ഈ സ്ത്രീ കഥാപാത്രവും അസംതൃപ്തയായതിനാലാണല്ലോ ഇറങ്ങിപ്പുറപ്പെട്ടത്. പക്ഷേ, അവൾ കഥാപാത്രമാവുന്നതിനു മുമ്പ് മന സ്സിൽനിന്നുതന്നെ ഇറങ്ങിയോടിയിരിക്കുന്നു. മിടുക്കി!

അയാൾ വാത്സല്യത്തോടെ അവളുടെ കൈ കവർന്നെടുത്ത് തലോടി ക്കൊണ്ടു പറഞ്ഞു.. വയൽവരമ്പിൽ എന്റെ പുറകിലായി നിന്റെ കാൽചിലമ്പിന്റെ ശബ്ദം കേട്ടപ്പോൾ എന്റെ ഭാവനയാണെന്നു കരുതി, തിരിഞ്ഞു നോക്കിയാൽ ഓർഫ്യൂസിന്റെ ഗതിയായാലോ എന്നു ഭയക്കു കയും ചെയ്തു.

അയാളുടെ സ്പർശം തന്റെ കൈയിൽ നേർത്ത രോമാഞ്ചമുണർത്തു ന്നത് അസ്വസ്ഥതയോടെ അവൾ കണ്ടു. രോമാഞ്ചം സൃഷ്ടിക്കുക തന്റെ കഥാകൃത്തിന് ചേർന്നതല്ലല്ലോ എന്നോർത്ത് ഈർഷ്യയോടെ അവൾ പറഞ്ഞു. നിന്റെ കൈ എന്റെ കൈയുടെ പുറത്തുനിന്ന് ദയവായി മാറ്റുക. നമ്മൾ മൂന്നാതരം പൈങ്കിളിക്കഥയിലെ കഥാപാത്രങ്ങളെപ്പോലെ പെരു മാറാൻ പാടുള്ളതല്ല.

അയാൾ ഉറക്കെച്ചിരിച്ചു. കഥ ഉപേക്ഷിച്ചാലും നമ്മൾ ഗ്രേഡുകൾ മറക്കുവാൻ പാടില്ലല്ലോ. അല്ലേ? ഞാൻ പിൻവാങ്ങുന്നു. പറയൂ. ഏതു കഥയിലേക്ക്, അല്ലെങ്കിൽ ആരായിട്ടാണ് നിന്നെ സങ്കല്പിച്ചത്?

സ്ത്രീ വീണ്ടും ഓർമ്മയുടെ ഞരമ്പിൽ വിരലമർത്തി എന്തായിട്ടാണ് താൻ സങ്കല്പിക്കപ്പെട്ടത് എന്നവൾക്കറിയില്ലായിരുന്നു.

ഒരുപാടു സ്വപ്നങ്ങളും ഒരുപാടു കണ്ണീരും ഒരുപാടു വിശ്വാസങ്ങളും - ഇതൊക്കെ മൂടിവെയ്ക്കാൻ ഒരു ചെറുചിരിയും ഇത്രയേ അവൾക്ക് ഓർമ്മ വന്നിരുന്നുള്ളൂ.

എനിക്കറിയില്ല സുഹൃത്തേ, അവൾ പറഞ്ഞു. എനിക്കു ചേരുന്ന വേഷം തയ്ച്ചു കിട്ടിയിരുന്നില്ലെന്ന് തോന്നുന്നു. ഞാൻ പ്രത്യേകിച്ചാരുമായിരുന്നില്ല. ഒരുപാടു വേഷങ്ങൾ പരീക്ഷിച്ചു നോക്കാവുന്ന ഒരു രൂപം.

അതാണല്ലോ അവർക്കൊക്കെ നമ്മൾ! അയാൾ രോഷംപൂണ്ടു. എന്റെ സ്രഷ്ടാവിനോട് എനിക്ക് തീരാത്ത അമർഷമാണ്. രണ്ടാംപേജിൽ എനിക്കു മോചനത്തിന്റെ മാർഗ്ഗം കാണിച്ചുതന്നിട്ട് കൊട്ടിയടച്ചു കളഞ്ഞതിന് ഞാനൊരിക്കലും മാപ്പു കൊടുക്കില്ല.

എന്തു മാർഗ്ഗമായിരുന്നു അത്?

ഉന്മാദം! അയാളുടെ മിഴികളിൽ ലഹരി നിറഞ്ഞു. പൂർണ്ണസ്വാതന്ത്ര്യം നൽകുന്ന വഴി മറ്റെന്തുണ്ട്? എന്തുവേണമെങ്കിലും പ്രവർത്തിക്കാം. പ്രഹരമോ നിന്ദയോ ഒന്നും ഏല്ക്കുകയില്ല. അതിനു പകരം മേഘങ്ങൾക്കിടയിലൂടെ പറന്ന് അന്യനാട്ടിലെത്തി ഞാൻ പകയോടെ എന്തൊക്കെയോ വെട്ടിപ്പിടിക്കുന്നു.

പെട്ടെന്നുണ്ടായ ആവേശത്തോടെ പുരുഷകഥാപാത്രം അവളുടെ നേരെ തിരിഞ്ഞു.

രക്ഷപ്പെടേണ്ടേ നമുക്ക്? നമ്മുടെ വഴി കണ്ടെത്തേണ്ടേ നമുക്ക്?

സ്ത്രീ കഥാപാത്രം ഭീതിയോടെ അന്തരീക്ഷത്തിൽ തിരഞ്ഞു. സ്രഷ്ടാവിന്റെ മനസ്സിന്റെ സങ്കീർണ്ണതയിൽ അനവരതമിളകുന്ന നീർവല്ലിച്ചുരുളുകളും അഗ്രത്തെ സ്വപ്നക്കൊളുത്തുകളും അവൾ ഓർത്തു. ഏതോ ഒരു കൊളുത്ത് തന്റെയുള്ളിൽ ഉടക്കി വലിക്കുന്നുണ്ടോ? ഏതു നിമിഷവും അതുണ്ടാവാം. പിന്നെയെവിടെയാണ് ശാശ്വതമായ മോചനത്തിന്റെ മാർഗ്ഗം?

സംശയിക്കണ്ട, നമുക്ക് എന്നേക്കുമായി രക്ഷപ്പെടാം. പുരുഷകഥാപാത്രം പറഞ്ഞു. ഏതാണ്ട് മുഴുവനും എഴുതപ്പെട്ടു കഴിഞ്ഞ കഥയിലെ കഥാപാത്രം ഞാൻ. പകുതി എഴുതപ്പെട്ട കഥയിലെ കഥാപാത്രം നീ. നമ്മൾ കാണുവാനോ ഇടപഴകുവാനോ പാടില്ലാത്തവർ.നമ്മൾ ഇത്രത്തോളം വിധിയെ ധിക്കരിച്ചു കഴിഞ്ഞു. ഈ ധിക്കാരം പൂർണ്ണമായിക്കഴിഞ്ഞാൽ എന്റെ കഥ പൂർത്തീകരിക്കുവാനോ നിന്റെ കഥ എഴുതുവാനോ ആകാതെ പോകും.

തന്റെ കണ്ണുകളിൽ ഒരു പ്രകാശം വന്നു നിറയുന്നത് അവൾ സ്വയമറിഞ്ഞു. നന്ദിപൂർവ്വം അവൾ തന്റെ കൈ അയാളുടെ കൈകളിൽ

ചേർത്തു. അരയിൽ കൈ ചുറ്റി അവളെ എഴുന്നേല്പിക്കുമ്പോൾ അയാൾ പറഞ്ഞു.

നമുക്ക് മൂന്നാംകിട പൈങ്കിളി കഥാപാത്രങ്ങളെപ്പോലെ സമയം കള യാതെ ഒന്നാംകിട കഥകളിലെ കഥാപാത്രങ്ങളെപ്പോലെ കാര്യ ത്തിലേക്കു കടക്കാം.

പുരുഷ കഥാപാത്രം സ്ത്രീ കഥാപാത്രത്തെ ഓലമേഞ്ഞ പുരയ്ക്കു ള്ളിലേക്കു നയിച്ചു. അവിടെ പുല്ലും മണ്ണുമിടകലർന്ന വെറുംനിലത്ത് കറുത്തിരുണ്ട കൂറ്റൻ യന്ത്രത്തിന്റെ മൗനത്തെ സാക്ഷിനിറുത്തി അവർ ഇണചേരുമ്പോൾ അകലെ ഒരുനിലക്കെട്ടിടത്തിന്റെ ചെറിയ മുറിയിൽ കായലലകളുടെ ഉച്ചത്തിളക്കം. ജാലകത്തിലൂടെ നോക്കി വെറുതെ നിൽക്കുന്ന ഏകാകിയുടെ മനസ്സിൽ രണ്ടു കഥകൾ മരിക്കുകയും കഥ യുടെ കഥ ജനിക്കുകയും ചെയ്തു.

കഥാകൃത്തുക്കളുടെ മേശയ്ക്കുള്ളിൽ പൂർത്തിയാകാതെ പല കഥ കളും കിടക്കുന്നതിന്റെ കാരണം ഇപ്പോൾ വായനക്കാർക്കുമനസ്സിലായി കാണുമല്ലോ. ∎

വെബ്സൈറ്റ്

ഒരു പരസ്യത്തിലായിരുന്നു തുടക്കം. ഒരു നടുക്കത്തിലായിരുന്നു ഒടുക്കം. അതാണ് ഈ കഥ.

പരസ്യം ഇങ്ങനെ:

സുന്ദരനും അവിവാഹിതനും എൻജിനീയറിംഗ് ബിരുദാനന്തര ബിരുദ ധാരിയും ഏകാകിയുമായ യുവാവ് (39 വയസ്സ്; ഹോബികൾ: സംഗീതം, വായന, ഇന്റർനെറ്റ്) സമാന അഭിരുചികളുള്ള യുവതികളിൽ നിന്ന് ശുദ്ധ സൗഹൃദം കാംക്ഷിക്കുന്നു. എഴുതുക. Box 2525, KGD

ഈ പരസ്യം ഉള്ളിന്റെയുള്ളിൽ കയറി സ്മിതയെ ഒന്നു തൊട്ടു. സുന്ദരി, അവിവാഹിത, മലയാള സാഹിത്യത്തിൽ ബിരുദാനന്തര ബിരുദധാരി, ഏകാകിനി, ഇവയൊക്കെയായിരുന്നു സ്മിത. അവളുടെ ഹോബികളും മേൽ പറഞ്ഞവ തന്നെയാണ്. ശുദ്ധ സൗഹൃദം കിട്ടാത്ത തിന്റെ വിഷമമനുഭവിക്കുകയാണ് അവളും. പിന്നെ അവൾ എഴുതാതി രിക്കുമോ?

അജ്ഞാതനായ പ്രിയ സുഹൃത്തേ:

താങ്കളുടെ പരസ്യം കണ്ടു. അതിലെ രണ്ട് വാക്കുകൾ വളരെ ഇഷ്ട പ്പെട്ടതുകൊണ്ട് ഈ കത്തെഴുതുന്നു. ആ വാക്കുകൾ എന്താണെന്ന് പിന്നീടെഴുതാം.

ആദ്യം ഞാനെന്നെ പരിചയപ്പെടുത്താം. പേര് സ്മിത. ശരിക്കുള്ള പേര് സുസ്മിത. അതേ പേരുകാരിക്ക് വിശ്വസുന്ദരിപ്പട്ടം കിട്ടിയപ്പോൾ ഞാനാദ്യാക്ഷരം ഉപേക്ഷിച്ചു. വെറുതേ ഉപേക്ഷിച്ചതല്ല ഗസറ്റിൽ പരസ്യം ചെയ്ത് പേരുമാറ്റി. അതെന്തിനാണെന്ന് നമ്മുടെ ശുദ്ധസൗഹൃദം വളരു മ്പോൾ താങ്കൾക്കു മനസ്സിലായിക്കൊള്ളും. എനിക്ക് 28 വയസ്സുണ്ട്. മലയാളം എം. എ. യാണ്. അദ്ധ്യാപികയാവാൻ താത്പര്യമില്ലായിരുന്നു. വിദ്യാർത്ഥികൾക്കു പകർന്നുകൊടുക്കാൻ കൈയിലെന്തെങ്കിലും വേണ്ടേ? കാലികമാകാൻ കമ്പ്യൂട്ടറിന്റെ ബേസിക് കോഴ്സ് പഠിച്ചെടുത്തു. നേരത്തേയെഴുതിയ പല ടെസ്റ്റുകളിലൊന്നിന്റെ ഫലമായി യൂണി വേഴ്സിറ്റി ഓഫീസിൽ സെക്കന്റ് ഗ്രേഡ് അസിസ്റ്റന്റായി ജോലി കിട്ടി. ഈ നഗരത്തിലൊരു പേയിങ്ങ് ഗസ്റ്റായി താമസിക്കുന്നു. ഇന്റർനെറ്റും

ഇ-മെയിലും പഠിച്ചത് ഇവിടെ നിന്നാണ്. ഈ വീടിന്റെ ഔട്ട്ഹൗസ് പെൺകുട്ടികൾക്കായി പെൺകുട്ടികൾ പഠിപ്പിക്കുന്ന കമ്പ്യൂട്ടർ പഠന ശാഖയാണ്. കൂടുതൽ പഠിക്കാൻ താത്പര്യമില്ലാത്തതുകൊണ്ട് ഞാന ങ്ങോട്ട് നോക്കാറേയില്ല.

ഈ വീട് ആകെ പെൺമയമാണ്. ഗൃഹനാഥൻ ദുബായിൽ. താഴത്തെ നിലയിൽ അയാളുടെ ഭാര്യയും രണ്ട് പെൺമക്കളും. മൂത്തമകളാണ് കമ്പ്യൂട്ടർ ക്ലാസ് നടത്തുന്നത്. മുകളിലെ രണ്ട് മുറികളിലായി ഞങ്ങൾ നാല് പേയിങ്ങ് ഗസ്റ്റുകൾ. ഏഴുമണിക്ക് മുമ്പ് വീട്ടിൽ കയറണമെന്നാണ് ചട്ടം. ഓഫീസ് വിട്ട് ലൈബ്രറിയും ഇന്റർനെറ്റ് കഫേയിലുമൊക്കെ കറങ്ങിനടന്ന് (ഇന്റർനെറ്റ് എനിക്ക് ഹരമാണ്) കൃത്യസമയത്തുതന്നെ ഞാൻ കൂടണയും. പിന്നീടാണ് സമയം പ്രശ്നമാകുന്നത്. വായിക്കും. കാസറ്റ് കേൾക്കും. മുകളിലത്തെ നിലയിൽ ഒരു ബ്ലാക്ക് ആൻഡ് വൈറ്റ് ടി.വിയും നാല് അഭിരുചികളുള്ള നാല് കാണികളും. ശബ്ദം കൂട്ടിയാൽ താഴത്തെ നിലയിലെ 29 ഇഞ്ച് കളർ ടി. വി. യുടെ മുമ്പിലിരുന്ന് ദുബായ് സുൽത്താന വാണിങ് അയയ്ക്കും. ഒക്കെ സഹിച്ചുകൊണ്ട് ഇവിടെ ഞാൻ. അഞ്ചടി രണ്ടിഞ്ചു പൊക്കവും 50 കിലോ തൂക്കവും വെളുത്ത നിറവും നീണ്ട മുടിയുമുള്ള പെണ്ണ്.

ഇനി താങ്കളുടെ പരസ്യത്തിലേക്കു വരാം. എനിക്കിഷ്ടമുള്ള രണ്ട് വാക്കുകൾ അതിലുള്ളത് ഏതാണെന്നോ? (1) ഏകാകി (2) ശുദ്ധ സൗഹൃദം. ആദ്യത്തേത് നമുക്ക് രണ്ട്പേർക്കും പൊതുവായുള്ളത്. രണ്ടാമത്തേത് എന്നുമെന്റെ സ്വപ്നം. ഒരഴുക്കും പുരളാത്ത തെളിഞ്ഞ സൗഹൃദം നമുക്കു സ്വന്തമാകട്ടെ. ബാക്കി താങ്കളുടെ കത്തിനു ശേഷ മാകാം.

സ്നേഹപൂർവ്വം
സ്മിത

തിങ്കളാഴ്ച പോസ്റ്റു ചെയ്ത കത്തിന് വെള്ളിയാഴ്ച മറുപടിവന്നു. സുന്ദരനെന്നു സ്വയം വിളിച്ച പരസ്യയുവാവിനു ചേരാത്ത വികൃതമായ കൈയക്ഷരമെന്നു മനസ്സിലോർത്തുകൊണ്ട് സ്മിത കത്തുപൊട്ടിച്ചു.

ഡിയർ സ്മിത,

മലയാളം എനിക്കത്ര വഴങ്ങുകില്ല. എസ്.എസ്.എൽ.സിക്ക് കഷ്ടിച്ച് ചാടികടന്നതാണ്. കൈയക്ഷരവും വഴങ്ങില്ല. കീബോർഡിൽ അടിച്ചു ശീലിച്ചുപോയി. ഇന്റർനെറ്റ് ഹരമാണെങ്കിൽ സ്മിതയും എന്നെപ്പോലെ കൂടുതൽ സമയവും കമ്പ്യൂട്ടറിനു മുന്നിലാവുമല്ലോ. എനിക്ക് ലോകം മുഴുവൻ ഫ്രണ്ട്സുണ്ട്. ആര് ആരെന്നും ആര് എവിടെയെന്നും സത്യ ത്തിലെനിക്കറിയില്ല. അത് നെറ്റ് ഫ്രണ്ട്ഷിപ്പിന്റെ ഗുണം.

എന്റെ പേര് വിനോദ് കൃഷ്ണ. കാൺപൂർ ഐ.ഐ.ടിയിൽ നിന്നും എം.ടെക്കെടുത്തു. അമേരിക്കയിൽ കുറെ ജോലി ചെയ്ത് പണമുണ്ടാക്കി.

ഇപ്പോൾ 39-ാം വയസ്സിൽ വിശ്രമജീവിതം. എന്തിന് ആവശ്യത്തിലേറെ പണം? ഒറ്റ ജീവിതമല്ലേയുള്ളൂ? അത് ആസ്വദിച്ച് തീർക്കണം. അതു കൊണ്ടു ഞാൻ ജോഷിയും മാർട്ടിനും കേൾക്കുന്നു. സാങ്കേതിക പുസ്തകങ്ങളും പൾപ്പ്ഫിക്ഷനും വായിക്കുന്നു. നെറ്റിൽ സർഫ് ചെയ്ത് തളരുന്നു.

സ്മിതയുടെ ജീവിതംപോലൊരു ജിവിതം എനിക്കു പറ്റില്ല. ഒരാഫീസിൽ ക്ലർക്കിന്റെ പണി. പേയിങ്ങ് ഗസ്റ്റായിട്ടു താമസം. ഒരു ബ്ലാക്ക് ആൻഡ് വൈറ്റ് ടി.വി.ക്കുവേണ്ടി മൂന്നാളോട് കടിപിടി. ഭയങ്കരം! ഇന്ത്യ ഇപ്പോഴും ദരിദ്ര നാരായണിമാരുടെ നാടുതന്നെയാണല്ലോ! എങ്കിലും സ്മിതയുടെ സ്വയം വർണ്ണന കൊള്ളാം. സാധാരണയായി ഇന്ത്യൻ പെൺകുട്ടികൾ ആദ്യ കത്തിൽതന്നെ ഇങ്ങനെ സ്വയം വർണ്ണിക്കാറില്ല. ചോദിക്കാനായി കാത്തുനിൽക്കും. പൊക്കം, തൂക്കം, മുടി എന്നൊക്കെ വിളിച്ചു പറയില്ല. നല്ല ഈഗോയുള്ള പെണ്ണാണ് സ്മിത. അല്ലേ? കത്തിൽ മുഴുവൻ അഹങ്കാരം നിറഞ്ഞുനിൽക്കുന്നു. ഗസറ്റിൽ പരസ്യം ചെയ്തു പേരുമാറ്റിയതും അതിനു കാരണം പറയാത്തതുമൊക്കെ അഹന്തയായി തോന്നി. സ്മിതയുടെ രീതിയിൽത്തന്നെ എന്നെ പരിചയപ്പെടുത്താം. എന്റെ പൊക്കം ആറടിയായിരുന്നു. ഈയിടെ അളക്കാറില്ല. തൂക്കം 70 കിലോ. ചുരുണ്ടമുടി, ഫ്രഞ്ചുതാടി, ഗോതമ്പിന്റെ നിറം, മതിയോ? ഇനി എന്തറിയണം? ഇഷ്ടപ്പെടുന്ന സംഗീതജ്ഞർ, എഴുത്തുകാർ, സർഫ് ചെയ്യുന്ന സ്ഥലങ്ങൾ, ഒക്കെ എഴുതി അറിയിക്കുക. തത്ക്കാലം നിർത്തട്ടെ. ഇപ്പോൾ യാഹുവിന്റെ ചാറ്റ്റൂമിൽ എനിക്കൊരു അപ്പോയ്മെന്റുണ്ട്. എന്റെ അനേകം ഇ-മെയിൽ വിലാസങ്ങളിലൊന്ന് താഴെക്കൊടുക്കുന്നു. അതുപയോഗിച്ചാൽ സമയം നഷ്ടപ്പെടാതിരിക്കും. ഓക്കെ?

വിത് ലവ്
വിനോദ്

കത്ത് വായിച്ച് താഴോട്ടുപോകുന്തോറും സ്മിതയുടെ കണ്ണുകൾ രൂക്ഷങ്ങളായിവന്നു. കുടുംബത്തിൽ അവൾക്കെതിരെ ഏറ്റവുമധികം ഉപയോഗിക്കപ്പെട്ടിട്ടുള്ള പദമായിരുന്നു അഹങ്കാരി. കുടുംബത്തിനു പുറത്തെ ഒരപരിചിതൻ അപ്രതീക്ഷിതമായി അത് തനിക്കെതിരെ വലിച്ചെറിഞ്ഞതിൽ അവൾ ഏറെ ക്ഷുഭിതയായി. പേരിൽ മാത്രമേ അയാൾക്കു സൗന്ദര്യമുള്ളൂവെന്നും അയാൾ ഒരു മാനസികരോഗിയാണെന്നും അവൾ വിചാരിച്ചു. അല്ലെങ്കിലെങ്ങനെയാണ് കാണുകയോ അറിയുകയോ ചെയ്യാത്ത ഒരു പെണ്ണിനെഴുതുന്ന ആദ്യ കത്തിൽ ഇങ്ങനെയൊക്കെ അയാൾക്കെഴുതാനാവുക? അതേ നാണയത്തിൽത്തന്നെ മറുപടി കൊടുക്കാനവൾ തീരുമാനിച്ചു. അയാളുടെ ഇ-മെയിൽ വിലാസത്തെ നിർദ്ദയം അവഗണിച്ചുകൊണ്ട് ഒരു കടലാസ്സിൽ അവളെഴുതി.

ശ്രീ വിനോദ് കൃഷ്ണാജി:

ഈ ദരിദ്രനാരായണിയുടെ പ്രണാമം സ്വീകരിച്ചാലും. താങ്കൾക്ക് മലയാളം വഴങ്ങാത്തതുപോലെ എനിക്ക് ഇംഗ്ലീഷും വഴങ്ങില്ല. താങ്കൾക്ക് കമ്പ്യൂട്ടർ കീബോർഡാണ് പഥ്യമെങ്കിൽ എനിക്ക് കൈയക്ഷരമാണ് പ്രിയം. എനിക്ക് അനേകം ഇ-മെയിൽ വിലാസങ്ങളില്ല. ഒരേ ഒരെണ്ണമേയുള്ളൂ. അത് കത്തിൽ വയ്ക്കുന്നു. നിങ്ങൾക്കു വേണമെങ്കിൽ അതിൽ കത്തയയ്ക്കാം. പക്ഷേ, മറുപടി കൈയക്ഷരത്തിൽ സാദാ-തപാലിലേ വരികയുള്ളൂ. അഹങ്കാരികൾക്ക് വാശി കൂടുമെന്നറിയാമല്ലോ.

ആകെയുള്ള ഇ-മെയിൽ ഐ. ഡി. എടുക്കാൻ നോക്കിയപ്പോഴാണ് ഞാൻ എത്രയോ പുറകിലാണെന്ന് എനിക്ക് മനസ്സിലായത്. അവിടെ എന്റെ പേര് സ്മിത 1038 എന്നാണ്. 1037 സ്മിതകൾ എനിക്ക് മുന്നാലെ. 1037 പേർക്കു പിന്നിൽ സ്വന്തം പേരിനുവേണ്ടിപ്പോലും നിൽക്കേണ്ടിവരുന്ന എനിക്ക് ഈഗോയുണ്ടെന്ന് എന്നെ കാണുകയോ അറിയുകയോ ചെയ്യാത്ത ഒരാൾ പറയുന്നു. നല്ല തമാശ!

ആദ്യ കത്തിൽ പെൺകുട്ടികൾ സ്വയം വർണ്ണിക്കാൻ പാടില്ലെന്ന് ഒരു നിയമമുണ്ടെന്ന് എനിക്കറിയില്ലായിരുന്നു "ലോകം മുഴുവൻ ഫ്രണ്ട്സ്" ഇല്ലാത്തതുകൊണ്ട് നിയമങ്ങൾ നല്ല പിടിയില്ല. എനിക്ക് വിരലിലെണ്ണാവുന്ന സുഹൃത്തുക്കളേയുള്ളൂ. അവർ ആര് ആരാണെന്നും എവിടെയാണെന്നും എനിക്ക് നല്ലവണ്ണമറിയാമെന്നൊരു വ്യത്യാസമുണ്ട് നമ്മൾ തമ്മിൽ.

എന്റെ കത്ത് അഹങ്കാരം തുളുമ്പി നില്ക്കുന്ന ഒന്നാണെന്ന് നിങ്ങൾ പറഞ്ഞു. സ്വയം വർണ്ണന താത്പര്യമില്ലെന്നും സൂചിപ്പിച്ചു. പക്ഷേ, നിങ്ങളുടെ പരസ്യത്തിലെ വാക്കുകൾ ഓർമ്മയുണ്ടോ? സുന്ദരൻ, അവിവാഹിതൻ, ബിരുദാനന്തര ബിരുദധാരി, ഏകാകി. ഇത് സ്വയം വർണ്ണനയല്ലെന്നുണ്ടോ?

ഒരു "ശുദ്ധസൗഹൃദ"ത്തിന് അവസാനത്തേതൊഴികെ മറ്റെല്ലാ വിശേഷണവും അനാവശ്യമല്ലേ? "ലോകം മുഴുവൻ ഫ്രണ്ട്സ്," "കൈ നിറയെ പണം," "39-ാം വയസ്സിൽ വിശ്രമ ജീവിതം," പിന്നെ ജീവിതം സുഖിച്ചു തീർക്കാനുള്ളതാണെന്ന ഫിലോസഫി! ഇതൊന്നും ഈഗോയേ അല്ല! എന്നിട്ടും നിങ്ങളുടെ ചിന്തയിലൊരു ദരിദ്ര നാരായണി പ്രയോഗം വന്നല്ലോ. അദ്ഭുതം!

സുഹൃത്തേ, ഈ സൗഹൃദം ഏറെനാൾ തുടരാനാവുമെന്ന് തോന്നുന്നില്ല. നിങ്ങളെപ്പോലെ കൈനിറയെ പണവുമായി ജീവിതം സുഖിച്ചു തീർക്കുന്നവരാണ് ഈ നാടിന്റെ ശാപം. നിങ്ങൾക്കൊരിക്കലും സ്മിതയെപ്പോലൊരു പെണ്ണിനെ മനസ്സിലാവില്ല. ക്ലാർക്കിന്റെ പണിയും വീട് വിട്ടകന്ന് പേയിങ്ങ് ഗസ്റ്റായി താമസവുമൊക്കെ എന്റെ സ്വത്വത്തിന്റെ പ്രഖ്യാപനങ്ങളാണ്. സ്ത്രീധനത്തിന്റെ പിന്നാലെയൊഴുകി ഏതെങ്കിലുമൊരുത്തന്റെ കിടപ്പറയിൽ അവനു കുട്ടികളെ പ്രസവിച്ചുകൊടുക്കുന്നതല്ല

സ്ത്രീത്വം എന്ന ധാരണകൊണ്ടാണ്. വായിൽ വെള്ളിക്കരണ്ടിക്കു പകരം കമ്പ്യൂട്ടറുമായി ജനിച്ച നിങ്ങൾക്ക് ഇതൊക്കെ പറഞ്ഞാൽ മനസ്സിലാവില്ല. ഒരു ബ്ലാക്ക് ആൻഡ് വൈറ്റ് ടി. വി. ക്കുവേണ്ടി മൂന്ന് പേരോട് കടിപിടികൂടുന്ന എനിക്ക് ടി. വി. എന്തെന്നറിയാത്ത ദരിദ്രവാസികളെ മനസ്സിലാകും. ചാറ്റ് റൂമിൽ ശബ്ദമോ ശരീരമോ ഇല്ലാത്തവരുമായി സല്ലപിക്കുന്ന നിങ്ങൾക്ക് മജ്ജയും മാംസവുമുള്ള ആരെയെങ്കിലും മനസ്സിലാക്കാനാവുമോ?

കൂടുതലെഴുതാനെനിക്ക് തോന്നുന്നില്ല. ക്ഷമിക്കുക.

സ്നേഹപൂർവ്വം
സ്മിത

കത്ത് പോസ്റ്റ് ചെയ്തിട്ട് ആദ്യംകണ്ട ബസ്സിൽകയറി സ്മിത വീട്ടിൽ പോയി. കല്യാണക്കാര്യം പറഞ്ഞ അമ്മയോടു കയർത്തു. അച്ഛനുമായി കേന്ദ്രത്തിലെ രാഷ്ട്രീയസ്ഥിതി ചർച്ച ചെയ്തു. പണ്ട് റാഗ് ചെയ്ത പെണ്ണ് പുറകെനടക്കുന്നതിന് അനുജനെ കളിയാക്കി. തിങ്കളാഴ്ചയായിട്ടും പോകാത്ത അവളോട് എന്തേ, ലീവാണോ എന്നു ചോദിച്ചതിന് വീണ്ടും അമ്മയോടു കയർത്തു. തെങ്ങിൻ പറമ്പിലൂടെ ആറടി നീളവും 70 കിലോ തൂക്കവുമുള്ള ഒരു യുവാവിനെ മനസ്സിൽ വഹിച്ച്, ഓരോ നിമിഷവും അയാളെ ശപിച്ച് അവൾ അലഞ്ഞു നടന്നു. കത്തുന്ന തീയുടെ മനോഭാവമായിരുന്നു അവൾക്ക്. ചൊവ്വാഴ്ച രാവിലെ അവൾ വീടുവിട്ട് നഗരത്തിലേക്കുപോയി. രാവിലെ പതിവില്ലാതെ കയറിവരുന്ന അവളെക്കണ്ട് ഇന്റർനെറ്റ് കഫേ മാനേജർ അതിശയിച്ചുവെങ്കിലും ഒന്നും ചോദിച്ചില്ല.

അവളുടെ ഇൻ-ബോക്സിൽ ഒരു സന്ദേശമുണ്ടായിരുന്നു. ഒരിംഗ്ലീഷ് കത്ത്.

ഡിയർ സ്മിത,

ഒച്ച്-തപാലിൽ വന്ന എഴുത്തുകിട്ടിയിട്ട് അരമണിക്കൂറേ ആയിട്ടുള്ളൂ. എന്തുതരം പെണ്ണാണ് നിങ്ങൾ! ആദ്യത്തെ കത്തിൽനിന്ന് എനിക്ക് നിങ്ങളുടെ ഈഗോ മാത്രമേ കിട്ടിയുള്ളൂ. ഈ കത്തിൽ നിന്ന് അസൂയയെന്ന പച്ചക്കണ്ണുള്ള ഭൂതത്തേയും കിട്ടുന്നു. ഭൂതാവേശിതയാണ് നിങ്ങൾ. നിങ്ങൾക്ക് ഒരു ദോഷവും ചെയ്യാത്ത ഒരാൾ ദൂരെയെവിടേയോ ഇന്റർനെറ്റും പുസ്തകവും സംഗീതവുമാസ്വദിച്ച് കഴിയുന്നതിൽ ഇത്രയും ക്ഷോഭിക്കാനെന്തുണ്ട്? സാഹിത്യം പഠിച്ചിട്ട് ഫയലുകളുന്തി ജീവിക്കേണ്ടിവരുന്നതിന്റെ അസഹ്യതയാണോ? ജീവിതം എന്നെപ്പോലെ ചിലരോട് കാണിച്ചിട്ടുള്ള ആനുകൂല്യങ്ങളോട് അസൂയപ്പെട്ടിട്ട് കാര്യമില്ലെന്നുമാത്രം ഉപദേശിച്ചു കൊള്ളട്ടെ. ഒന്നു നിങ്ങൾ മനസ്സിലാക്കിയാൽ കൊള്ളാം. എന്തു തരുന്നതിനും ജീവിതം അതിന്റെ വില ഈടാക്കും.

നിങ്ങൾ സ്മിത 1038 അല്ല 10038 ആകേണ്ടവളാണ്. അത്രയും പിന്നിൽ നിൽക്കാനുള്ള അർഹതയും ബുദ്ധിയുമേ നിങ്ങൾക്കുള്ളൂ. അല്ലെങ്കിൽ

പറയൂ. ഞാൻ നെറ്റിൽ സർഫ് ചെയ്യുന്നതു നിർത്തിയാൽ നാട് രക്ഷപ്പെടുമോ? സ്വത്വ പ്രഖ്യാപനമെന്നു നിങ്ങൾ എഴുതി. എന്താണ് സ്വത്വമെന്ന് ആദ്യം തിരിച്ചറിഞ്ഞിട്ടുപോരെ അത്? ആ പരസ്യത്തിനു മറുപടി അയച്ച എല്ലാവരുമായി ഞാൻ നല്ല സുഹൃത്ബന്ധം സ്ഥാപിച്ചുകഴിഞ്ഞു. നിങ്ങൾ മാത്രമാണ് എന്നെ വേദനിപ്പിച്ചത്. നിങ്ങളൊരു ക്രൂരയായ സാഡിസ്റ്റാണ്. മജ്ജയും മാംസവും കൈയിൽതന്നെ വെച്ചോളൂ. ഒരു കാര്യത്തിൽ ഞാനും നിങ്ങളോടു യോജിക്കുന്നു. ഇത്തരമൊരു ബന്ധം അധികനാൾ തുടരാനാവില്ല. നിങ്ങളുടെ പ്രതികരണത്തിനു കാക്കുന്നു.

സ്നേഹപൂർവ്വം
വിനോദ്
(വേണമെങ്കിൽ നിങ്ങൾക്കെന്നെ വിനുവെന്നു വിളിക്കാം)

കത്തിന്റെ പ്രിന്റൗട്ടുമായി കഫേയിൽ നിന്നിറങ്ങുമ്പോൾ സ്മിത ആകെ പുകയുകയായിരുന്നു. രാവിലേ വന്നുകയറിയ അവളെക്കണ്ട് വീട്ടുടമ അതിശയിച്ചു. തലവേദന.. കാഷൽ ലീവ് എന്നൊക്കെ പറഞ്ഞുകൊണ്ട് അവൾ മുറിയിലേക്കു കയറിപ്പോയി. അവൾക്ക് ഒരു കത്തെഴുതാനുണ്ട്. അഥവാ മനസ്സിൽ അവൾ എഴുതിക്കഴിഞ്ഞ കത്ത് പകർത്താനുണ്ട്. അവളെഴുതി.

പ്രിയ സുഹൃത്തേ,

ഒരുപാട് അസ്വസ്ഥതകളും വിഹ്വലതകളും പേറുന്ന ഒരു മനസ്സിന്റെ ഉടമയാണു ഞാൻ. ഏകാകിയെന്നത് എനിക്കൊരു കാല്പനിക പദമല്ല. അതുകൊണ്ട് സമാധാനക്കേട് വിലയ്ക്കെടുക്കേണ്ട ഗതികേടും എനിക്കില്ല. തെളിനീരുപോലെ ലഭിക്കുമെന്നു ഞാനാശിച്ച സൗഹൃദം തുടക്കത്തിലേ പിഴച്ചുപോയി. ജീവിതം എന്നോട് എപ്പോഴും അങ്ങനെയാണ്. ആനുകൂല്യം പോയിട്ട് അനുകമ്പ പോലും തരില്ല. ഒരു വീക്ഷണത്തിലും പൊരുത്തമില്ലാത്ത നമുക്ക് ഈ സൗഹൃദം ഇവിടെവച്ച് അവസാനിപ്പിക്കാം. ലോകം മുഴുവൻ ചാറ്റ്റൂമായി കാണുന്ന നിങ്ങൾക്ക് ഇതൊരു വലിയ കാര്യമല്ലല്ലോ. ലോകാവസാനംവരെ ഗുഡ്ബൈ.

സ്മിത

ആ കത്ത് പോസ്റ്റ് ചെയ്തശേഷം സ്മിത തന്റെ മനസ്സിൽനിന്ന് അയാളെ പുറത്താക്കാനും മുറിവുണക്കാനുമുള്ള യജ്ഞം ആരംഭിച്ചു. ഇന്റർനെറ്റ് കഫേ സന്ദർശനം അവൾ പൂർണ്ണമായും നിർത്തി. ഓഫീസിലെ ലേഡീസ് ക്ലബ്ബിന്റെ പാചകക്ലാസ്സിൽ ചേർന്ന് ഫ്രൈഡ് റൈസും ചില്ലി ചിക്കനും ഉണ്ടാക്കാൻ പഠിച്ചു. ടി.വി.യിൽ വാർത്തയും ബുദ്ധിപരമായ പരിപാടികളും മാത്രം കണ്ടു ശീലിച്ചിരുന്ന അവൾ ചവറുസീരിയലുകൾ മുഴുവൻകണ്ട് കഥാപാത്രങ്ങളുടെ ഭാവി ചർച്ചചെയ്തു. എന്നിട്ടും മനസ്സു പിടിയിൽ നിൽക്കാത്തതുകൊണ്ട് ആർട്ട് ഓഫ് ലിവിങ്

ബേസിക് കോഴ്സിനു പോകാൻ തീരുമാനിച്ചു. ആ തീരുമാനമെടുത്ത് പേരു റജിസ്റ്റർ ചെയ്ത ദിവസംതന്നെ വികൃതമായ കൈയക്ഷരത്തിൽ മേൽവിലാസമെഴുതിയ കത്ത് അവളെത്തേടിവന്നു.

ഡിയർ സ്മിത,

ഈയിടെ ഇ-മെയിൽ ചെക്കു ചെയ്യാറില്ലേ? എന്റെ കത്തുകൊണ്ട് നിങ്ങളുടെ ഇൻബോക്സ് നിറഞ്ഞു കാണും. ലോകാവസാനംവരെ വിട പറഞ്ഞുപോയെങ്കിലും ഞാനെഴുതി. കാരണം നിങ്ങളെ എനിക്കു മറക്കാനാവില്ല. എന്നെ വേദനിപ്പിച്ച ഒരേയൊരു പെണ്ണാണു നിങ്ങൾ. എന്റെ ഓരോ കത്തിനും നിങ്ങളുടെ മൗനം പ്രതികരണമായപ്പോൾ എന്റെ വാക്കുകൾ എന്നിലേക്കു തിരിച്ചു വന്നതറിഞ്ഞു. പിന്നെയാണെനിക്കു തോന്നിയത്, എന്നോടുള്ള ദേഷ്യം കാരണം സ്മിത ഇ-മെയിൽ നോക്കുന്നുണ്ടാവില്ല. അതുകൊണ്ട് ഞാനിതാ നിങ്ങളുടെ ഒച്ച്-തപാലിലേക്ക് വരുന്നു.

തുടരാൻ താല്പര്യമില്ലാത്ത സൗഹൃദത്തിന് ഞാൻ നിങ്ങളെ നിർബന്ധിക്കില്ല. പക്ഷേ, ഒരിക്കൽ കൂടി സ്മിത കമ്പ്യൂട്ടറിനരികിൽ വരണം. www.vinodkrishna.com എന്ന വെബ്സൈറ്റ് സന്ദർശിക്കണം. ഞാൻ തന്നെ ഡിസൈൻ ചെയ്ത വെബ്സൈറ്റാണ്. എന്നിട്ട് വിടപറഞ്ഞു പൊയ്ക്കൊള്ളൂ. വരില്ലേ?

സ്നേഹപൂർവ്വം
വിനോദ്

താനയാളുടേയോ അയാളുമായി ബന്ധമുള്ളവരുടേയോ വെബ്സൈറ്റിൽ കയറുകയില്ലെന്ന് സ്മിത തീരുമാനമെടുത്തു. ഓഫീസ് വിട്ടാൽ വൈകുന്നേരം ആർട്ട് ഓഫ് ലിവിങ്ങിനു പോകാനുള്ളതാണ്. മനസ്സ് നിയന്ത്രണത്തിലായാൽ കുഴപ്പമില്ല.

പക്ഷേ, പിറ്റേന്നു വൈകുന്നേരം ആർട്ട് ഓഫ് ലിവിങ്ങ് കോഴ്സ് നടക്കുന്നിടത്തേക്കു യാത്രതിരിച്ച സ്മിത ഇന്റർനെറ്റ് കഫേയിലാണ് ചെന്നെത്തിയത്.

സ്മിതയെ അതിശയിപ്പിച്ചുകൊണ്ട് സ്മിത ടൈപ്പു ചെയ്തു. www.vinodkrishna.com

പഞ്ചവാദ്യമേളത്തോടെ വെബ്സൈറ്റ് തെളിഞ്ഞു. മഴവില്ലിന്റെ ഏഴുനിറങ്ങൾ ഒരു പ്രത്യേക അനുപാതത്തിൽ തെറിച്ചുപരന്ന് മെല്ലെ ഒതുങ്ങി. മഴ പെയ്യുന്ന താളം തുടങ്ങുന്നതിനനുസരിച്ച് സ്ക്രീനിൽ വിനോദിന്റെ മുഖം തെളിഞ്ഞു. ഗോതമ്പിന്റെ നിറമുള്ള മുഖത്ത് ദൃഢതയും കർക്കശതയുമുള്ള പുരുഷഭംഗി സ്മിത ദർശിച്ചു. തൃഷ്ണയുണർത്തുന്ന ചുണ്ടുകളാണ് ആദ്യം ശ്രദ്ധ പിടിച്ചുപറ്റിയത്. അത്തരം പ്രത്യേക ചുണ്ടുകൾ അവൾ ആരിലും കണ്ടിരുന്നില്ല. വിനോദിന്റെ

മിഴികളിൽ അസാമാന്യ തീക്ഷ്ണത നിറഞ്ഞിരുന്നു. ആ നോട്ടത്തിനു മുന്നിൽ സ്മിത വല്ലാതെ അസ്വസ്ഥയായി. ഈശ്വരാ എനിക്കെന്താണ് സംഭവിക്കുന്നത്? അവൾ സ്വയം ചോദിച്ചു. ഏ.സി. റൂമിൽ അവൾ വിയർക്കാൻ തുടങ്ങിയിരുന്നു. ചുരുളൻ മുടിയും ഫ്രഞ്ചുതാടിയും നൽകിയ ചാരുത അയാളെ അവളുടെ കണ്ണിൽ കാമദാഹമുള്ളൊരു യവനദേവ നാക്കി.

കഴ്സറിനെ അവൾ ജീവചരിത്രം എന്ന ജാലകത്തിനു മുകളിൽ കൊണ്ടുവന്ന് ക്ലിക്കുചെയ്തു. ജാലകം തുറന്നു.

ജനനം : 17-01-1961

വിദ്യാഭ്യാസം :

1. എസ്. എസ്. എൽ. സി. പുല്ലുവിള സ്കൂൾ, ഫസ്റ്റ് ക്ലാസ്

2. പ്രീഡിഗ്രി. ഗവ. സയൻസ് കോളേജ്, ഫസ്റ്റ് ക്ലാസ്, രണ്ടാം റാങ്ക്

3. ബി.ടെക്. ഗവ. എൻജിനീയറിങ് കോളേജ്, ഫസ്റ്റ് ക്ലാസ്, രണ്ടാം റാങ്ക്.

4. എം. ടെക് ഐ. ഐ. ടി, കാൺപൂർ, ഫസ്റ്റ് ക്ലാസ്, ഫസ്റ്റ് റാങ്ക്.

5. ഗവേഷണം, ക്യാൽ ടെക്സ്, കാലിഫോർണിയ (പ്രൊഫസറുമായുള്ള അഭിപ്രായ വ്യത്യാസം കാരണം പൂർത്തിയാക്കിയില്ല).

പിന്നെ താഴോട്ടുപോകാതെ ഒന്നാം പേജിലേക്ക് മടങ്ങിവന്ന് സ്മിത വീണ്ടും വിനോദിന്റെ മിഴികളിൽ കുരുങ്ങി. പ്രൊഫസറോടുപോലും ഇടയുന്ന അഹങ്കാരം, അല്ലേ? അവൾ ചോദിച്ചു. ബ്രെയിനുണ്ട്. സമ്മതിച്ചു. പക്ഷേ, ഹൃദയമോ? അതുകൂടി വേണ്ടേ? തന്റെ സ്വരം മൃദുലമാകുന്നതിൽ സ്മിത അതിശയിച്ചു.

'ജീവചരിത്രം', 'ഗവേഷണഫലങ്ങൾ', 'ഇപ്പോൾ ചെയ്യുന്നത്', 'ആൽബം', 'സന്ദർശക ഡയറി', 'ബന്ധപ്പെടുക', ആറു ജാലകങ്ങൾ സ്മിതയ്ക്കു മുന്നിൽ വന്നു. അവൾ സന്ദർശക ഡയറി തുറന്നു. ലോകത്തിന്റെ പലഭാഗത്തുനിന്നും ഒരുപാടാളുകൾ വെബ്സൈറ്റ് സന്ദർശിച്ച് അഭിനന്ദനങ്ങൾ രേഖപ്പെടുത്തിയിരിക്കുന്നു. ഒന്നോടിനടന്ന് വീണ്ടും അവൾ ഒന്നാംപേജിൽ വന്നു. ഇനി ഏതു ജാലകം തുറക്കണമെന്നാലോചിച്ച് അവൾ ആൽബത്തിലേക്കു പോയി.

ചുവന്ന ചെക്ക് ഷർട്ടിൽ സുന്ദരനായ വിനോദ്കൃഷ്ണ കമ്പ്യൂട്ടറിനു മുന്നിൽ ആകർഷണീയമായൊരു പോസിലിരുന്ന് വിരലുകൾ കീബോർഡിൽവെച്ച് കഴുത്തുതിരിച്ച് അവളെ നോക്കി. അകന്ന ചുണ്ടുകൾക്കിടയിലൂടെ അയാളുടെ പല്ലുകളുടെ അഗ്രം ഒരു പുഞ്ചിരിയിൽ ദൃശ്യമായി. കണ്ണുകളിലെ വേട്ടക്കാരന്റെ നോട്ടം അവളെ വീണ്ടും തളർത്തി. വിരൽകൊണ്ട് അവളാനോട്ടത്തിന് തടയിട്ടെങ്കിലും വിരൽ സങ്കോചത്തോടെ പിൻവാങ്ങി.

അവൾക്കു മുന്നിൽ മെല്ലെ അടുത്ത ചിത്രം ഡൗൺലോഡ് ചെയ്തു വന്നു.

വെള്ളച്ചാട്ടത്തിന്റെ പടം പതിപ്പിച്ച ചുവരിന്റെ മുന്നിൽ ഒരു പുസ്തകം വായിച്ചുകൊണ്ട് വിനോദ് ഇരിക്കുന്നു. ഇരിക്കുന്നത്...

ഇരിക്കുന്നത്?

കണ്ണുകളെ വിശ്വസിക്കുവാൻ വിസമ്മതിച്ച് സ്മിത ഒന്നുകൂടി നോക്കി. അതെ. വിനോദ് കൃഷ്ണ ഇരിക്കുന്നത് ഒരു കൂറ്റൻ വീൽ ചെയറിലാണ്.

ഒരു ഞെട്ടലോടെ പിന്നോട്ടു തെറിച്ച സ്മിത ചെന്നുവീണത് ജീവ ചരിത്ര ജാലകത്തിനുള്ളിലായിരുന്നു. നടുക്കം മാറാതെ അവൾ വായിച്ചു.

പ്രത്യേകത: 1997 ൽ ന്യൂയോർക്കിൽ വെച്ചുണ്ടായ കാറപകടത്തിൽ രണ്ടുകാലുകളും അരയ്ക്കു താഴെ വച്ച് നഷ്ടപ്പെട്ടു.

കുടുംബം : ഇല്ല.

ഹോബികൾ : സംഗീതം, വായന

വേണ്ട, ഇനി സ്മിതയ്ക്ക് അറിയേണ്ടതായി ഒന്നുമില്ല. വെബ്സൈറ്റിന്റെ വലക്കണ്ണികൾ പൂർണ്ണമായി തന്നെ വളഞ്ഞു മുറുക്കുന്നതിനുമുമ്പ് അവൾക്കു പുറത്തുചാടി രക്ഷപ്പെടണം. അവളുടെ വിറയ്ക്കുന്ന വിരലിനടിയിൽ മൗസ് വെറുതെ ക്ലിക്ക് ശബ്ദങ്ങളുതിർക്കുന്നതല്ലാതെ ദൃശ്യം മായുന്നില്ല. ആകെ തളർന്ന സ്മിതയിലേക്ക് തന്റെ തീക്ഷ്ണ നോട്ടങ്ങളയച്ചുകൊണ്ട് വീൽ ചെയറിൽ വിനോദ് കൃഷ്ണ വെറുതെ കാത്തിരുന്നു.

■

അന്നയുടെ അത്താഴവിരുന്ന്

ഡ്രാക്കുളക്കൊട്ടാരം പോലെ രഹസ്യാത്മകതയുൾക്കൊള്ളുന്ന വീടായിരുന്നു അന്നയുടേത്. ത്രികോണക്കൂടാരത്തിലെ ഗൂർഖയും അവന്റെ ഉറയിലിട്ട കത്തിയും വീട്ടുകാർ ഭീരുക്കളാണെന്ന സത്യം വിളിച്ചുപറയുന്നതുപോലെ തോന്നി. അത് രാജീവിനോട് പറയാനായി മുഖം തിരിച്ചപ്പോഴാണ് അവന്റെ മുഖത്തെ വിവശതയും അങ്കലാപ്പും ശ്രദ്ധിച്ചത്.

ഓ. പറഞ്ഞില്ലല്ലോ. അന്ന രാജീവിന്റെ കാമുകിയായിരുന്നു. ഞാൻ അവന്റെ ഭാര്യയാകുന്നു.

ഇതൊക്കെ ഇപ്പഴേ പറഞ്ഞ് കഥയുടെ ക്ലൈമാക്സ് കളയുന്നതെന്തിനെന്നാവാം നിങ്ങൾ വിചാരിക്കുന്നത്. ക്ലൈമാക്സും സസ്പെൻസുമൊക്കെ ത്രില്ലറിൽനിന്നുവരെ പോയില്ലേ? ഇന്നാരാണ് കൊട്ടയ്ക്കുള്ളിൽ കോഴിയെ അടച്ചിടുന്നതുപോലെ ഒരു ക്ലൈമാക്സിനെ കഥാരംഭം മുതൽ പൊതിഞ്ഞുപിടിക്കുന്നത്? വായനക്കാരൊക്കെ ബുദ്ധിയുള്ളവരായിപ്പോയി. നോവലാണെങ്കിൽ ഏറ്റവും കൂടിയത് മൂന്ന് പേജുകൾക്കുള്ളിൽ അവർ കാര്യം കൃത്യമായി ഊഹിച്ച് പിന്നത്തെ പേജുകൾ വായിക്കാതിരുന്നു കളയും. നേരത്തെ ഇതൊക്കെ പറഞ്ഞുവെച്ചാൽ അവർ കുറച്ചുകൂടി വായിച്ചേക്കും. ഡ്രാക്കുളക്കൊട്ടാരമെന്നൊക്കെ തുടങ്ങിയെങ്കിലും ഒരു ത്രില്ലറോ ഫാന്റസിയോ ഒന്നും രചിക്കുവാനല്ല ഇപ്പോഴത്തെ ഉദ്ദേശ്യം. അതുകൊണ്ട് അറിഞ്ഞുകൊള്ളുക. രാജീവിൽ എനിക്കു മുമ്പ് ആധിപത്യം സ്ഥാപിച്ചിരുന്നവൾ അന്ന!

മാരുതി വിശാലമായ മുറ്റത്ത് ഒതുക്കിയിട്ട് രാജീവ് റിയർവ്യൂ കണ്ണാടിയിൽ നോക്കി മുടിചീകുകയും ചെവിമടക്കുകളിൽ പൗഡറുണ്ടോ എന്ന് പരിശോധിക്കുകയും ചെയ്തു.

കറുത്ത ചില്ലിട്ട കതകു തുറന്ന് അന്നയുടെ പരിചാരകൻ ഞങ്ങളെ കാത്തുനിന്നു.

ഉള്ളിൽ കടന്ന എന്നെ എതിരേറ്റത് ആലീസ് കണ്ടതിനേക്കാൾ മികച്ച അദ്ഭുതലോകമായിരുന്നു. വലിയ സ്വീകരണമുറിയുടെ ഒരുഭാഗം മുഴുവൻ നിറഞ്ഞു നില്ക്കുന്ന പൂന്തോട്ടം. പുഷ്ടിയാർജിച്ചു പരിലസിക്കുന്ന ചെടികൾക്കുമേൽ സൂര്യരശ്മി വീഴുവാനാവാം ആ ഭാഗത്തെ മേൽത്തട്ടു

മുഴുവൻ കണ്ണാടിയിൽ നിർമ്മിതം. ഉരുളൻ പാറക്കല്ലുകളെ ചുറ്റി വളഞ്ഞൊഴുകുന്ന കൃത്രിമ നദി. അവയിൽ തുള്ളിക്കളിക്കുന്ന മത്സ്യങ്ങൾ അവയുടെ അസാധാരണ വലിപ്പംകൊണ്ട് കൃത്രിമമാണെന്ന് തോന്നിച്ചു.

ശിതീകരിച്ച വായു തളം കെട്ടിനിൽക്കുന്ന മറ്റേ പകുതിയിൽ വന്യമൃഗങ്ങൾ തങ്ങളുടെ തലയിൽ ചുമന്നു നില്ക്കുന്ന കൂറ്റൻ ഇരിപ്പിടങ്ങൾ. തറയിലും ചുവരിലും വരയൻ പുലിത്തോലുപോലെ കാർപ്പെറ്റുകൾ.

'ഇതാരുടെ ആശയമാണ് ചുവരുകൾ കാർപ്പെറ്റുകൊണ്ട് പൊതിയുകയെന്നത്?" ഞാൻ രാജീവിനോടു ചോദിച്ചു. "ഈ ഉഷ്ണകാലത്ത് ഇങ്ങനേയും വിഡ്ഢിത്തമോ?"

"ശ്ശ്ശ്...!" അവൻ വല്ലായ്മയോടെ ചുറ്റുംനോക്കിയിട്ട് അനിഷ്ടം പ്രകടിപ്പിച്ചു. "ഇങ്ങനെയൊന്നും സംസാരിക്കരുത്. നിനക്കെന്തറിയാം? ഇവർ മലയാളികളായി ജനിച്ചുവെങ്കിലും വിദേശത്തനിമ ഉൾക്കൊള്ളുന്നവർ. ഇവരുടെ സംസ്കാരവും ജീവിതരീതിയും രൂപപ്പെട്ടത് നമ്മുടെ മണ്ണിലല്ല."

"അതുകൊണ്ട് നമ്മുടെ മണ്ണിലേക്ക് ഈ ചൂടുള്ള പരവതാനികൾ വലിച്ചുകൊണ്ടു വരണമായിരുന്നോ?"

ഞാൻ മറുപടി അർഹിക്കുന്നില്ലെന്ന മട്ടിൽ രാജീവ് ഒരു മാസിക വലിച്ചെടുത്ത് അതിൽ മുഴുകിയതുപോലെ നടിച്ചു. എനിക്ക് ശരിക്കും അവനോട് സഹതാപം തോന്നി. ഭാര്യയും മുൻ കാമുകിയും തമ്മിൽ കാണുന്ന നിമിഷത്തെ ഒരു പുരുഷന് ഭയക്കാതെ നേരിടാൻ വയ്യല്ലോ. അന്നയും അവനും തമ്മിലുണ്ടായിരുന്ന ബന്ധത്തിന് വർഷങ്ങൾ പഴക്കമുണ്ട്. ഞങ്ങളുടെ ബന്ധമാണെങ്കിൽ.. ഒരേ കോളേജിൽ ഒന്നിച്ചു പഠിച്ചുവെങ്കിലും അവനെന്നെ ഒരിക്കലും ശ്രദ്ധിച്ചിരുന്നില്ല, ശരിക്കും ഒരു ബന്ധമുണ്ടായത് രണ്ട് മാസങ്ങൾക്കുമുമ്പ് വീണ്ടും കണ്ടുമുട്ടിയപ്പോഴാണ്. അത് ഒരു താലിച്ചരടായി എന്നെയും മോതിരവിരലുമായി അവനേയും ബന്ധിപ്പിച്ചു.

പ്രകടമായും അസ്വസ്ഥനായി രാജിവ് മാസികയുടെ പേജുകൾ വെറുതെ മറിച്ചുകൊണ്ടിരുന്നു. എന്തിനാണ് ഞങ്ങളെ ഇങ്ങനെ സ്വീകരണമുറിയിൽ ഇരുത്തിയിരിക്കുന്നതെന്ന് എനിക്കു മനസ്സിലായില്ല. വീട്ടിൽ അതിഥികൾ വന്നാൽ വാതിൽക്കൽ വന്ന് സ്വീകരിക്കേണ്ടത് വീട്ടുകാരുടെ കടമയെന്നാണ് അമ്മ എന്നെ പഠിപ്പിച്ചിരിക്കുന്നത്. മുൻകൂട്ടി അറിയിച്ചു വരുന്നവരെ സ്വീകരിക്കാൻ വൃത്തിയായി വസ്ത്രം ധരിച്ച് ഞങ്ങൾ വാതിൽക്കൽതന്നെ നിൽക്കും. ഗേറ്റു തുറക്കുന്ന നിമിഷം സ്വാഗതോക്തികളുമായി അമ്മ വരാന്തയിലെത്തുമായിരുന്നു. അതിഥി ദേവോ ഭവ!

അങ്ങനെയൊരു ദിവസമാണ് രാജീവ് വന്നുപോയത്. അമ്മ രാജീവിനോടു പറഞ്ഞു: "ഞാൻ ചെറിയ പ്രായത്തിൽ വിധവയായെങ്കിലും

മക്കൾക്കുവേണ്ടി ജീവിച്ചവൾ. മോൻ എന്റെ മോളെ ഒരിക്കലും വേദനിപ്പിക്കരുത്."

"രാജീവ്!" അക്ഷമയോടെ ഞാൻ വിളിച്ചു. "എവിടെ നിന്റെ അന്ന? എത്രനേരമായി നമ്മളിങ്ങനെ ഇരിക്കുന്നു."

"വരും." അവൻ പറഞ്ഞു. "അകത്തെന്തോ തിരക്കാവണം."

"എന്തു തിരക്കായാലും പറഞ്ഞുറപ്പിച്ച സമയത്ത് അതിഥികൾ വന്നാൽ സ്വീകരിക്കേണ്ടതല്ലേ? അവൾ നമ്മളെ അപമാനിക്കുകയാണെന്നെനിക്കു തോന്നുന്നു."

"അല്ല. അന്നയുടെ രീതികൾ എപ്പോഴും വിചിത്രങ്ങളാണ്. അവൾ ഒരു സാധാരണ പെണ്ണല്ല."

ആ അവസാന വാചകം ഞങ്ങളുടെ ഒരു മാസത്തെ ദാമ്പത്യ ജീവിതത്തിനിടയിൽ അഞ്ചാമത്തെ തവണയാണ് ഞാൻ കേൾക്കുന്നത്. മടുപ്പോടെ ഞാൻ തലകുനിച്ചു.

രാജീവ് പിടഞ്ഞെഴുന്നേൽക്കുന്നതറിഞ്ഞ് തലയുയർത്തുമ്പോൾ ഞാൻ കണ്ടു. വലതുവശത്തെ കതകിന്റെ കർട്ടൻ രണ്ടുവശത്തേക്കും വകഞ്ഞുമാറ്റി അവയ്ക്കിടയിൽ പ്രത്യക്ഷയായി നില്ക്കുന്നു അന്ന. ലോകത്തിലെ ഏറ്റവും അസാധാരണയായ പെണ്ണ്.

ചീകുകയോ ഒതുക്കുകയോ ചെയ്യാത്ത മുടി, കറുത്ത തീപോലെ പടർത്തി ജപ്പാനീസ് കിമോണയ്ക്കുള്ളിൽ തുളുമ്പുന്ന ശരീരത്തോടെ അന്ന മുന്നോട്ടുവന്നു.

അവളുടെ കൈകൾ രാജീവിന്റെ കഴുത്തിനെ വലയം ചെയ്യുകയും ചുണ്ടുകൾ അവന്റെ കവിളിലമരുകയും ചെയ്തു.

ഒരു വിദേശ സാമാന്യ മര്യാദയ്ക്കപ്പുറത്തേക്ക് നീണ്ട ആ ആലിംഗനം എന്നെ അസ്വസ്ഥയാക്കാൻ തുടങ്ങി. ഒരിക്കലും ഞാൻ കണ്ടിട്ടില്ലാത്ത വിധേയത്വത്താടെയാണല്ലോ രാജീവ് അവൾക്കു വഴങ്ങുന്നത്. അവരുടെ സ്വന്തം ലോകത്തിൽ ഞാനാരുമല്ലാതെയാകുകയാണല്ലോ!

രാജീവിന്റെ ചുമലിനു മുകളിലൂടെ അന്ന തന്റെ നീലക്കണ്ണുകൾ തുറന്ന് എന്നെ നോക്കി. ഒരു നിമിഷം ഞങ്ങൾ പരസ്പരം നോക്കിനിന്നു. അവൾ എന്റെ ഭർത്താവിന്റെ ആലിംഗനത്തിന്റെയുള്ളിലും ഞാനതിനു പുറത്തും.

അന്ന സാവധാനം കൈകളയച്ച് അവനെ സ്വതന്ത്രനാക്കി. രാജീവ് ആകെ തുടുത്തിരിക്കുന്നത് ഞാൻ ശ്രദ്ധിച്ചു. കവിളിലെ ലിപിസ്റ്റിക്കിന്റെ രാശിയും.

"ഇതാണോ രാധിക?"

"അതെ. ഇതാണ് രാധിക." രാജീവ് എന്നോട് മുന്നോട്ട് നീങ്ങി നിൽക്കാൻ ആംഗ്യം കാട്ടിയെങ്കിലും ഞാനത് കണ്ടഭാവംപോലും നടിച്ചില്ല.

"ആരാധിക?" അന്ന ചിരിച്ചു. ചുവപ്പുചുണ്ടുകൾക്കിടയിൽ വെളുത്ത മിന്നൽപ്പിണരുകൾ കണ്ട് ഞാൻ ചെറുതായൊന്നു നടുങ്ങി. എന്നെപ്പോലും ആകൃഷ്ടയാക്കുന്നത്ര മനോഹരമായിരുന്നു ആ ചിരി.

ഞാൻ അനങ്ങാത്തതുകൊണ്ടാവണം, അന്ന കൈനീട്ടി മുന്നോട്ടു വന്നു.

"ആരാധികയ്ക്ക് സ്വാഗതം!"

അവളുടെ മാംസളമായ കൈവെള്ളയിലെ മൃദുലതയിൽ എന്റെ കൈ മുങ്ങിത്താണു.

"നിന്നെ വിവാഹം ചെയ്യാൻ തീരുമാനിച്ചപ്പോൾ," അന്ന പറഞ്ഞു, "നിന്നെ വിവാഹംചെയ്യാൻ തീരുമാനിച്ചപ്പോൾ രാജീവ് എനിക്കെഴുതിയതെന്താണെന്നറിയാമോ? കോളേജിൽ എന്റെ കവിത പാടിനടന്ന് ദൂരെ നിന്നെന്നെ ആരാധിച്ചവൾ. ഞാൻ രണ്ടാമതൊന്നു നോക്കുകപോലും ചെയ്യാത്തവൾ. അവളെ ഇന്ന് വിധി വീണ്ടും എന്റെ അരികിലെത്തിച്ചിരിക്കുന്നു. അന്നാ, ഞങ്ങൾ വിവാഹിതരാകുകയാണ്."

അതിനെന്താണ്, ഞാൻ മനസ്സിൽ പറഞ്ഞു. അന്നും അവന്റെ സുന്ദരിയായ പ്രണയിനിയെക്കുറിച്ച് ഏറെ കേട്ടിരുന്നുവല്ലോ. എന്റെ സ്നേഹം അവൻ കണ്ടതുപോലുമില്ല. അതു ഞാൻ പറഞ്ഞത് വർഷങ്ങൾക്കു ശേഷം ഉത്തരേന്ത്യയിലെ വൻ നഗരത്തിലെ ഇരുണ്ട ഗലിയിലെ ചായക്കടയിൽ വെച്ചായിരുന്നുവെന്ന് മാത്രം. അന്നവൻ അന്നയുടെ പ്രേതം ചുമന്നു നടന്ന് ആകെ തകർന്നിരുന്നു. അതുകൊണ്ടുമാത്രമാണ് ഞാനതു പറഞ്ഞതും ഇന്നിവിടെ തളർന്നു നിൽക്കേണ്ടിവന്നതും.

"രണ്ടുപേരും ഇരിക്കുക" എന്നു പറഞ്ഞ് അന്ന ആദ്യം ഉപവിഷ്ടയായി.

"അങ്കിൾ എവിടെ?" രാജീവ് ചോദിച്ചു.

"മേൽ കഴുകുകയാണ്. ഉടനെതന്നെ വരും. ഇന്ന് നവദമ്പതികൾക്കു വേണ്ടി ഡാഡി വ്യായാമകളികൾക്ക് നേരത്തേ ഒഴിവു നൽകിയിരുന്നു."

ഒരു നിമിഷത്തെ അസുഖകരമായ വിടവ് സംഭാഷണത്തിൽ വീണു.

"പറയൂ. എന്തൊക്കെ വിശേഷങ്ങൾ?" അന്ന കാലിന്മേൽ കാൽ കയറ്റിവെച്ചു. "നിങ്ങളുടെ മധുവിധു എവിടെയായിരുന്നു?"

"അങ്ങനെ പ്രത്യേകിച്ചൊന്നുമില്ലായിരുന്നു." രാജീവിന്റെ പരുങ്ങൽ വ്യക്തമായിരുന്നു. കവിതയുടെ വരികളിൽ തീപ്പൊരി മിന്നിക്കുന്ന കവി വാക്കുകൾക്ക് പരതുന്ന, ലജ്ജാലുവാകുന്ന, അസുഖകരമായ കാഴ്ച.

"ഊട്ടി-കൊടൈക്കനാൽ-ബാംഗ്ലൂർ ഇവിടെയൊക്കെ കറങ്ങി." ഞാൻ പറഞ്ഞു "കേരളത്തിലെ ചൂടിൽനിന്നൊരു രക്ഷ."

"എന്നാൽ" അന്ന പറഞ്ഞു. "എന്നാൽ സിംലയിലോ നൈനിത്താളിലോ പോകാമായിരുന്നില്ലേ? കൊടൈക്കനാൽ വളരെ വൃത്തികെട്ട

സ്ഥലമാണ്. നിനക്കോർമ്മയില്ലേ രാജ്, അവിടത്തെ കുതിരസവാരി കഴിഞ്ഞപ്പോൾ എന്റെ രണ്ടുകാലുകളും ചുവന്നു തടിച്ചത്? കുളിപ്പിക്കാത്ത കുതിരയും വൃത്തികെട്ട ജീനിയും നാറുന്ന കുതിരക്കാരനും..ഓ. ഗോഡ്! പിന്നെ ഊട്ടി-ബാംഗ്ലൂർ. രണ്ടും തനി കമേഴ്സ്യൽ സ്ഥലങ്ങൾ."

അന്ന പറഞ്ഞുകൊണ്ടേയിരുന്നപ്പോൾ അന്നയും രാജീവുമുള്ള കൊടൈക്കനാലിലേക്ക് ഞാനൊരു ഫ്ളാഷ്ബാക്ക് പോയി.

അന്ന : "എന്നാൽ ഒരു കുതിര മതി".

രാജീവ് : "ധാരാളം"

താളത്തിൽ താളത്തിൽ ഓടിത്തുടങ്ങുന്ന കുതിരയ്ക്കുമേൽ ഹൈവേമാനും കാമുകിയും. അവർ കുതിരയെ മറക്കുന്നു. കൊടൈക്കനാലിനെ മറക്കുന്നു.

പക്ഷേ, സത്യം, ചൊറിയുന്ന അലർജിയായി കാത്തുനിന്നുവെന്ന് ഒരു വല്ലാത്ത തമാശാബോധത്തോടെ ഞാനാ ഫ്ളാഷ്ബാക്കിനുള്ളിൽ കുറിച്ചിട്ടു.

സത്യത്തിനുണ്ടായിരുന്ന മറുപുറവും എന്നെ അഭിമുഖീകരിച്ചു ഹോട്ടൽ മുറിയിൽ ഗൗൺ ഉയർത്തിവെച്ച് അർദ്ധാസനത്തിൽ ശയിക്കുന്ന അന്ന. അവളുടെ അലർജിത്തുടകളിൽ ജല്ലി പുരട്ടി ഉഴിയുന്ന രാജീവ്.

ഇങ്ങനെയാണെങ്കിൽ ഫ്ളാഷ്ബാക്കുകളെ ഞാൻ വെറുത്തേക്കും. വർത്തമാനത്തിലേക്കു ഞാൻ തിരിച്ചു വരുമ്പോൾ അന്ന പറയുകയായിരുന്നു.

"നമ്മളെവിടെയായിരുന്നു രാജ് ഹണിമൂണിന് പ്ലാനിട്ടത്? സ്വിറ്റ്സർലന്റിലോ ആംസ്റ്റർഡാമിലോ?"

"രണ്ടിടത്തും." അവൻ സ്വരം താഴ്ത്തി പറഞ്ഞു. അവൻ അതേക്കുറിച്ച് സംസാരിക്കാൻ ഇഷ്ടപ്പെടുന്നില്ലെന്ന് ഞാൻ മനസ്സിലാക്കി. നഷ്ടമായ പറുദീസ ചെകുത്താന് ഓർക്കാനിഷ്ടമില്ലാത്ത ഒന്നാകുമല്ലോ.

"യാ, ഐ. റിമംബർ. നിനക്കിഷ്ടം സ്വിറ്റ്സർലന്റായിരുന്നു. അതിന് നീ പറഞ്ഞ കാരണമാണെനിക്കിഷ്ടമായത്. അവിടെ തണുപ്പു കൂടുതൽ."

"നീ ആംസ്റ്റർഡാം വേണമെന്നു പറഞ്ഞത് അവിടം ഷോപ്പിംഗ് സെന്ററായതുകൊണ്ടല്ലേ?"

അവർ രണ്ടാളും ഉറക്കെ ചിരിച്ചു. പെട്ടെന്ന് ചിരി നിർത്തി രാജീവ് കുറ്റബോധത്തോടെ എന്നെ ഒളികണ്ണിട്ടുനോക്കി. ഞാനവനെനോക്കി സുന്ദരമായി ചിരിച്ചു. എനിക്കതല്ലേ ചെയ്യാനാവൂ.

"ഡാഡിയെ കാത്തിരിക്കുന്ന സമയത്ത് നമുക്കോരോ ഡ്രിങ്കു കഴിക്കുക. ആദ്യം ആരാധിക പറയട്ടെ. നിനക്ക് ഏതു ഡ്രിങ്കാണ് പ്രിയം?"

"അവൾ ഡ്രിങ്ക് ഉപയോഗിക്കില്ല." രാജീവ് എനിക്കുവേണ്ടി സംസാരിക്കുന്നതെനിക്കിഷ്ടമായില്ല. പക്ഷേ, അവനെ താഴ്ത്തിക്കെട്ടുക പതിവ്രതയായൊരു ഭാര്യക്ക് ചേരാത്തതുകൊണ്ട് ഞാൻ മൗനിയായി.

"ഓക്കെ, ഫ്രൂട്ട് ജ്യൂസ്?"

"ഫ്രെഷ് ലൈം മതി." ഞാൻ പറഞ്ഞു.

"ഓക്കെ. നിന്റെ ടേസ്റ്റ് മാറിയില്ലല്ലോ രാജ്? ഞാൻ പറയട്ടെ?"

"തീർച്ചയായും."

അവൾ ബെല്ലടിച്ചു. പരിചാരകനെ വരുത്തി. പിന്നെ എന്നെ വിസ്മയിപ്പിച്ച ഒരു കാര്യം നടന്നു. സ്വീകരണമുറിക്കുള്ളിലെ പൂന്തോട്ടത്തിനരികിലുള്ള ചുവരിൽ എന്നെ ആകർഷിച്ചു ചിരിച്ചുനിന്ന മോണാലിസയുടെ പടം പരിചാരകന്റെ സ്പർശത്തിൽ ചരിഞ്ഞുവീണ് ഒരു സ്റ്റാൻഡായി രൂപം പ്രാപിച്ചു. ചിത്രം മാറിയ ചുവരിൽ ഒരു മിനി ബാർ ഞാൻ കണ്ടു. സ്റ്റാൻഡിനു പുറത്തുവെച്ച് പരിചാരകൻ പാനീയങ്ങൾ തമ്മിൽ ചേർത്ത് ശരിയാക്കി രാജീവിനും അന്നയ്ക്കും നൽകി. മറ്റൊരാൾ എന്റെ നാരങ്ങാവെള്ളവുമായി അപ്പോഴേക്കും എത്തി.

ആവേശത്തോടെ ലൈം ജ്യൂസ് നുകരുമ്പോൾ ഗ്ലാസുകൾ കൂട്ടിമുട്ടുന്ന ശബ്ദം എന്നെ ഞെട്ടിച്ചു. രാജീവ് ഈർഷ്യയോടെ എന്നോട് പറയുകയായിരുന്നു- "ആ ഗ്ലാസുയർത്ത്."

"അല്ലാ കുട്ടികളെ, നിങ്ങൾ തുടങ്ങിക്കഴിഞ്ഞുവോ?" എന്നു ചോദിച്ചുകൊണ്ട് അന്നയുടെ ഡാഡി പ്രവേശിച്ചു. സൂര്യന്റെ ചിത്രമുള്ള കറുത്ത ടീ ഷർട്ടും വെളുത്ത നിക്കറുമായിരുന്നു അയാളുടെ വേഷം. രാജീവിന്റെ കൈപിടിച്ചു കുലുക്കിയിട്ട് കഥാപാത്രം എന്റെ നേർക്കുതിരിഞ്ഞു.

"രാധിക അല്ലേ? ഓ, എത്ര സുന്ദരിയാണ് നീ. ഞാൻ നിന്നെ ചുംബിച്ചുകൊള്ളട്ടെ?"

വിസ്കിയുടെ രൂക്ഷഗന്ധം പേറുന്ന ചുംബനം കവിളിൽ പതിഞ്ഞപ്പോൾ ഞാൻ ഞെട്ടിമാറി.

"ഡാഡി, അവളെ പ്രേമിച്ചു കളയരുതേ." അന്ന വിളിച്ചുപറഞ്ഞു. "അവൾ രാജീവിന്റേതാണ്."

"ലക്കി ഡെവിൾ!" അയാൾ രാജീവിന്റെ പുറത്ത് ആഞ്ഞടിച്ചു.

ഞാനെന്റെ നാരങ്ങാവെള്ളവുമായി എന്നിലേക്കൊതുങ്ങി. ഓരോ ഡ്രിങ്കിനോടൊപ്പവും രാജീവിന്റെ നാവിന്റെ കെട്ടുകൾ അഴിഞ്ഞുകൊണ്ടിരുന്നു. അവന്റെ നിലവാരമില്ലാത്തമാശകളിൽ ഞാനൊരക്ഷരത്തെറ്റായി മാറി.

"സുന്ദരിക്കുട്ടീ," ഡാഡി എന്നെ വിളിച്ചു. "എന്താണ് മിണ്ടാതിരിക്കുന്നത്?" അയാൾ എന്റെ തോളിൽ കൈയിട്ട് ചേർത്തുപിടിച്ച് തുടർന്നു. "രാജ്, അധികം സംസാരിക്കാത്ത ഭാര്യയെക്കിട്ടിയ നീ ഭാഗ്യവാനാണ്.

നേരത്തെ നിശ്ചയിച്ചതുപോലെ ഈ അന്നയെ കെട്ടിയിരുന്നെങ്കിൽ നിന്റെ ചെവിക്കല്ലുകൾ രണ്ടും തകർന്നുപോകുമായിരുന്നു."

"യൂ നോട്ടി ബോയ്!" അന്ന ഡാഡിയോട് കയർത്തു. "ഞാനൊരു വായാടിയാണെന്ന് നിങ്ങളേ പറയൂ. രാജ് പറയില്ല. പറയുമോ രാജ്?"

"ഏയ് നെവർ!"

മദ്യപിച്ച് വിധേയനായ എന്റെ ഭർത്താവിന് ഒരു വളർത്തുനായയുടെ മുഖമായിരുന്നു. ഈ ഹാസ്യചിത്രം ഇവിടെ അവസാനിപ്പിച്ചേ തീരൂ. എല്ലാ ഹാസ്യവും ദുരന്തത്തിലേക്കുള്ള ചൂണ്ടുപലകകളാകുന്നു. ഏറ്റവുമധികം ചിരിക്കുകയും ചിരിപ്പിക്കുകയും ചെയ്യുന്നവർ തങ്ങളുടെ സങ്കടമുഖം ഒളിപ്പിക്കാനാവും അങ്ങനെ ചെയ്യുന്നത്.

അതുകൊണ്ട് ഞാൻ എന്റെ ഏറ്റവും നല്ല ചിരി പുറത്തെടുത്ത് അന്നയുടെ ഡാഡിയോട് പറഞ്ഞു. "അങ്കിൾ, എനിക്ക് വല്ലാതെ വിശക്കുന്നു."

"ഹഹഹ! എന്റെ മാലാഖേ, ഇത്രേയുള്ളോ നിന്റെ പ്രശ്നം? ഈ വീട്ടിൽ ഏറ്റവുമെളുപ്പം പരിഹരിക്കാവുന്ന ഒരേയൊരു പ്രശ്നം ഇതു മാത്രമാണ്. ഇന്നു പ്രത്യേകിച്ചും. എന്തു പറയുന്നു കൂട്ടരേ. സുന്ദരിയായ നവവധുവിന്റെ വിശപ്പടക്കാൻ നമുക്ക് ഭക്ഷണമുറിയിലേക്ക് മാർച്ച് ചെയ്താലോ?"

"വിശപ്പോ? ഹ!" അന്ന അവജ്ഞയോടെ തലകുടഞ്ഞു. "രാജ്, നീ ഒരു നഴ്സറിക്കുട്ടിയെയാണോ വിവാഹം ചെയ്തത്?"

"വിശപ്പ് മനുഷ്യന്റെ പ്രാഥമികാവശ്യങ്ങളിലൊന്നാണ്." ഞാൻ പറഞ്ഞു. "ഈ വീട്ടിലേതുപോലെ എല്ലായിടത്തും ആ പ്രശ്നം എളുപ്പം പരിഹരിക്കപ്പെട്ടിരുന്നെങ്കിൽ ചരിത്രം തന്നെ മറ്റൊന്നായേനെ."

"ഞാൻ ചരിത്രകാരിയല്ല," അന്ന പറഞ്ഞു. "എനിക്ക് ചരിത്രത്തിലെന്തു സംഭവിക്കുന്നുവെന്നറിയാൻ ഒരു താത്പര്യവുമില്ല, പക്ഷേ, ഒന്നെനിക്കറിയാം. രാജീവിന് ഭക്ഷണസമയമായിട്ടില്ല."

"അതുപറയാൻ എനിക്കല്ലേ കൂടുതൽ അധികാരം?"

"അധികാരമോ?" അന്ന ഉറക്കെ ചിരിച്ചു. "നോക്ക് നീ നിന്റെ കാര്യം മാത്രം പറയുക. രാജീവിന്റെ വിചിത്രമായ ഭക്ഷണ സമയങ്ങളും രീതികളും നിന്നേക്കാളേറെ എനിക്ക് പരിചിതം, ഭക്ഷണസമയങ്ങൾ മാത്രമല്ല, മറ്റെല്ലാ സമയവും."

രാജീവ് തലകുനിച്ചിരുന്നു.

"കമോൺ അന്ന," ഡാഡി ഇടപെട്ടു. "നീ അനാവശ്യം സംസാരിക്കുന്നു. എഴുന്നേൽക്കൂ രാജ്. ഭാര്യമാരെ അനുസരിക്കുന്ന ഭർത്താക്കന്മാർ ഭാഗ്യമുള്ളവർ. സ്വർഗ്ഗരാജ്യം അവർക്കുള്ളതത്രെ."

അന്ന നിറഞ്ഞ പകയോടെ എന്നെ നോക്കുന്നത് കണ്ടില്ലെന്ന് നടിച്ച് ഞാൻ രാജീവിനു പുറകേ ഊണു മുറിയിലേക്ക്.

ചുവരിൽ അവസാനത്തെ അത്താഴത്തിന്റെ പടുകൂറ്റൻചിത്രം. നിങ്ങളിലൊരുവൻ എന്നെ ഒറ്റിക്കൊടുക്കും. മറ്റൊരുവൻ കോഴി കൂവുന്നതിനു മുമ്പ് മൂവുരു തള്ളിപ്പറയും. പ്രഭോ, എനിക്കറിയാമല്ലോ, രണ്ടുപേരും ഒരാൾതന്നെ. പന്ത്രണ്ടുപേരും ഒരാൾതന്നെ.

ഞാൻ മറ്റൊരു ഫ്ളാഷ്ബാക്കിൽ അന്ധേരിയിലെ ഒറ്റമുറി ഫ്ളാറ്റിലേക്ക് പോയി. നിലത്ത് പൊട്ടിയ ചില്ലുകൾ, ജനൽപ്പിടിയിൽ ഉറുമ്പരിക്കുന്ന ഗ്ലാസുകൾ. ചിതറിക്കിടക്കുന്ന മേൽ വസ്ത്രങ്ങളും അടി വസ്ത്രങ്ങളും. അവയ്ക്കിടയിൽ പനിച്ചൂടിൽ പുകഞ്ഞ് കരഞ്ഞുകൊണ്ട് കിടക്കുന്ന പാപിയായ മനുഷ്യൻ.

“എനിക്കാരുമില്ല. അന്ന – അവളെന്നെ തള്ളിപ്പറഞ്ഞു. എന്റെ ഹൃദയവും ചൂഴ്ന്നെടുത്തവൾ പോയി. മുപ്പതുവെള്ളിക്കാശിന് ഞാനെന്റെ തൂലികയും വിറ്റു. ഞാൻ പാപി. മഹാപാപി.”

“അന്ന ചൂഴ്ന്നെടുത്തത് ഞാൻ തിരികെത്തരാം.” മാലാഖച്ചിറകുകൾ വീശി അവനരികിൽ പറന്നിരുന്ന് ഞാൻ പറഞ്ഞു. “നിന്റെ തൂലികയും വീണ്ടെടുക്കാം. നീ പാപിയെങ്കിൽ ഞാൻ പാപിയെ സ്നേഹിക്കുന്ന രക്ഷക.”

അവന്റെ പനിച്ചൂടുള്ള കൈകൾ ഞാൻ തലോടിക്കൊണ്ടിരുന്നു. എന്റെ കണ്ണുനീർ അവന്റെ നെറ്റിയിൽ തലോടിക്കൊണ്ടിരുന്നു. എന്റെ കണ്ണുനീർ അവന്റെ നെറ്റിമേൽ ചിതറിവീണു.

പാത്രങ്ങൾ നീക്കംചെയ്ത വിരുന്നുമേശയിലേക്ക് പരിചാരകർ ഒരു വലിയ കേക്ക് കൊണ്ടുവച്ചു. കേക്കിനു പുറത്തിരുന്ന് ചിരിച്ചുകൊണ്ട് വെളുത്ത പഞ്ചസാരക്കുഴമ്പു പറഞ്ഞു. “രാജീവ്, രാധിക, വിവാഹാശംസകൾ.”

“ഇതെന്റെ സ്പെഷ്യലാണ്.” അന്ന പറഞ്ഞു. “ഞാൻ തന്നെയുണ്ടാക്കിയത്. ഈ കാണുന്ന വെള്ളപ്പത മുട്ടയുടെ വെള്ള ശീതീകരിച്ചുവെച്ചതാണ്. ഇത് കത്തിക്കാൻ ഞാൻ ഡാഡിയെ ക്ഷണിക്കുന്നു.”

പരിചാരകർ കേക്കിനു മുകളിൽ ഗോപുരമായുയർന്നു നിന്ന മുട്ടപ്പതയിൽ റം ഒഴിച്ചു. പിന്നെ അവർ മുറിയിലെ ലൈറ്റുകളണച്ചു. അന്നയുടെ ഡാഡി തന്റെ സിഗാർ ലൈറ്ററുപയോഗിച്ച് ഗോപുരത്തിന് തീ കൊളുത്തി. ഇരുണ്ട മുറിയിൽ ഭംഗിയുള്ള നീലവെളിച്ചമായി ഗോപുരം കത്തി കേക്കിനു മുകളിലമർന്നു.

അന്നയും രാജീവും ഉറക്കെ കൈയടിച്ചു.

വീണ്ടും ലൈറ്റുകൾ കത്തിയപ്പോൾ ഞാൻ കണ്ടു, രാധികയുടെ അക്ഷരങ്ങൾ പകുതി വെന്തുപോയിരിക്കുന്നു.

“രാജ്, നീ ഇത് കട്ട് ചെയ്യണം. ആദ്യത്തെ കഷണം നിനക്ക് ഇഷ്ടമുള്ള ആളിന്റെ വായിൽവച്ചുകൊടുക്കുക.”

രാജീവ് പതറുന്നത് ഞാൻ കണ്ടു.

"നോ, അന്നാ," ഡാഡി ഇടപെട്ടു. "നീ അവനെ വിഷമിപ്പിക്കുകയാണ്."

"ഈ ഡാഡി!" അന്ന ഉറക്കെ ചിരിച്ചു. "ആദ്യത്തെ കഷണം രാജ് രാധികയ്ക്കേ കൊടുക്കുകയുള്ളൂവെന്ന് ആർക്കാണറിഞ്ഞുകൂടാത്തത്? അതുതന്നെയാണെനിക്കുമിഷ്ടം. കമോൺ സ്വീറ്റീ." അവളെന്നെ പിടിച്ച് അവന്റെ അരികിൽ നിർത്തി.

രാജീവിന്റെ കൈകളിൽ കത്തി. അവനെന്നെ നോക്കുന്നതേയില്ല. അന്നയുടെ മുഖത്ത് ഗൂഢസ്മിതം.

എന്റെ വായയ്ക്കുള്ളിൽ അവൻ കേക്കിന്റെ രണ്ടാം കഷണം വച്ചു തന്നു. ഞാൻ ചെയ്യേണ്ടിയിരുന്നത് ഇതാണ്:

സിനി/സീരിയൽ/നാടകരംഗങ്ങളിലേതുപോലെ കേക്ക് നിലത്തേക്കു തുപ്പുന്നു. പിന്നെ രാജീവിനെ കയറിപ്പിടിച്ച് അന്നയുടെ പുറത്തേക്കെറിഞ്ഞ് അലറുന്നു. കൊണ്ടുപോ. നിനക്ക് തോന്നുവോ ഇവൻ പോയാലെന്റെ ജീവിതത്തിൽ പ്രളയമെന്ന്? പിന്നെ ഉറച്ച കാൽവെയ്പുകളോടെ എനിക്ക് വീടുവിട്ടിറങ്ങിപ്പോകാം. മറ്റുള്ളവർ വരിയായി സ്ക്രീനിൽ നിറഞ്ഞ് എന്നെ നോക്കി അമ്പരന്നു നില്ക്കും.

പക്ഷേ, ഞാൻ ചെയ്തത് ഇതാണ്. വായിൽ അലിയാതെ കിടന്ന കേക്കിന്റെ കഷണവുമായി ഞാനിതാ അന്നയുടെ കുളിമുറിയിൽ. കേക്ക് ഞാൻ വാഷ്ബേസിനിലേക്ക് തുപ്പുന്നു. പിന്നെ തൊണ്ടയിൽ വിരൽ കടത്തി ഞാൻ കേക്കിനു മുകളിലേക്ക് ഛർദ്ദിക്കുന്നു. ഉള്ളിലേക്ക് പോയ ഭക്ഷണ പദാർത്ഥങ്ങൾ റിവേഴ്സ് ഓർഡറിൽ പുറത്തേക്ക് വരുന്നു. ആദ്യം അറിയാതെ കടന്നുപോയ കേക്കിൻ തരികൾ. പിന്നെ നെയ്ച്ചോറ്. കറികൾ ഓരോന്നായി. പിന്നെ റൊട്ടിയും മീനും. ആദ്യം കഴിച്ച നാരങ്ങാവെള്ളം അവസാനമായും... വേണ്ട ഒരെച്ചിലും ഉള്ളിലവശേഷിക്കണ്ട.

പുറത്തവർ ഭ്രാന്തമായി കതകിലിടിക്കുകയാണ്. രാജീവിന്റെ ശബ്ദത്തിൽ നിന്ന് ലഹരി എങ്ങോട്ടാണാവോ പോയിമറഞ്ഞത്? ഡാഡി മോളേയെന്നുറക്കെ വിളിക്കുന്നു. അന്നയെന്തേ മൗനം?

ഗ്വാ... ഞാൻ ഛർദ്ദിക്കുന്നു.

"ഓപ്പൺ ദ് ഡോർ" ഡാഡി വിളിക്കുന്നു.

"രാധീ.. പ്ലീസ്" എന്ന് രാജീവ്.

കണ്ണാടിയിൽ വിയർപ്പു നിറഞ്ഞ എന്റെ മുഖം എന്നെ നോക്കുന്നു. കഥയ്ക്ക് ഇവിടെ അവസാനിക്കാം. എനിക്കോ? മുഖം കഴുകിത്തുടച്ചിട്ട് കതകു തുറന്ന് പുറത്തേക്കിറങ്ങി അവരെ അഭിമുഖീകരിച്ചല്ലേ പറ്റൂ? കഥയെപ്പോലെ ജീവിതവും തോന്നുന്നിടത്തുവെച്ച് നിർത്താൻ കഴിഞ്ഞിരുന്നുവെങ്കിൽ എത്ര നന്നായിരുന്നു അല്ലേ?

■

തട്ടാരക്കുടിയിലെ വിഗ്രഹങ്ങൾ

ആദ്യം കണ്ടത് മത്തായിച്ചനാണ്. അഥവാ കാണാത്തത് മത്തായിച്ചനാണ്. മത്തായിച്ചനെന്ന മാത്യുസ് കുരുവിള രാവിലെയുള്ള നടത്തത്തിനുവേണ്ടി ഷർട്ടിനുമേൽ കൈയില്ലാത്ത രോമക്കുപ്പായവും തലയിൽ രോമത്തൊപ്പിയും ധരിച്ച് ത്രീ-ഇൻ-വൺ വാക്കിംഗ് സ്റ്റിക്കുമായി ഇറങ്ങിയതാണ്. ഫോറിൻവടിയുടെ കൈപ്പിടിയിൽ വിരൽസ്പർശംകൊണ്ടു നിയന്ത്രിക്കാവുന്ന മിനി ടേപ്പ് റെക്കോർഡറും ടോർച്ചുമുണ്ട്. ടേപ്പിലെ പാട്ടു കേട്ടുകൊണ്ടു ദ്രുതതാളത്തിൽ തനിയെ നടക്കുകയാണ് മത്തായിച്ചനിഷ്ടം. അതുകൊണ്ട് കോളനിയിലെ സ്ഥിരം നടപ്പുകാരെക്കാൾ നേരത്തെയാണ് അയാളുടെ നടപ്പ്.

അന്ന് അങ്ങനെ നടന്നുനടന്നു വരുമ്പോഴാണ് തട്ടാരക്കുടിക്കവലയിലെ ആൽത്തറയിൽ കരിയില ഞെരിയുന്ന ശബ്ദം കേട്ടത്. തട്ടാരക്കുടിക്കാർ ആൽത്തറ വളച്ചുകെട്ടി മാടൻകോവിലാക്കിയിരിക്കുകയാണ്. കണ്ണുംവായും മൂക്കുമൊന്നുമില്ലാത്ത പൊക്കമുള്ള ഒരു മാടൻ വിഗ്രഹം ചുവന്ന പട്ടുടുത്ത് നടുക്ക്. ഇരുവശവുമായി അതുപോലെ അവയവരഹിതമായ രണ്ട് സ്ത്രീ വിഗ്രഹങ്ങൾ പച്ചപ്പട്ടുടുത്ത്. മൂന്നുപേരും നിൽക്കുന്നതായാണ് പ്രതിഷ്ഠകൾ. പിന്നെ പലവിധം തലകളുള്ള നാഗവിഗ്രഹങ്ങളുണ്ട്. ആ വളച്ചുകെട്ടിലെങ്ങോ ആണ് കരിയിലകൾ ഞെരിയുന്നത്. എലിയോ പെരുച്ചാഴിയോ ആവുമെന്ന് കരുതി മത്തായിച്ചൻ വടിയിൽനിന്നുയരുന്ന അടിപൊളി സംഗീതത്തിന്റെ വോള്യം ഒന്നു കുറച്ച് ടോർച്ച് തെളിച്ച് മാടൻതറയിലേക്കുനോക്കി. എന്തോ ഒന്നിന്റെ അഭാവം അയാൾക്കനുഭവപ്പെട്ടു. പെട്ടെന്ന് ഒരു ഞെട്ടലോടെ അയാൾ മനസ്സിലാക്കി. മാടൻ/ദേവീവിഗ്രഹങ്ങൾ അപ്രത്യക്ഷമായിരിക്കുന്നു.

ഒരേങ്ങലോടെ മത്തായിച്ചൻ സ്തംഭിച്ചു നിന്നു. ധനുമാസത്തിരുവാതിരക്ക് അവിടെ തട്ടാരക്കുടിക്കാരുടെ പാട്ടും കൂത്തും വെടിക്കെട്ടുമൊക്കെ അയാളും ആസ്വദിച്ചതാണ്. പാണ്ടിമേളക്കാരുടെ മെയ്തുളുമ്പിയാട്ടം സിനിമാറ്റിക് ഡാൻസിനേക്കാളും ജോർ! പക്ഷേ, ഇനിയിപ്പോൾ..

താനവിടെ അധികനേരം നിന്നാൽ പ്രശ്നം തന്റെ തലയിലിരിക്കുമെന്ന് മത്തായിച്ചന് തോന്നി. കാര്യം താനൊരു നസ്രാണിയാണല്ലോ.

മതവും മതേതരത്വവുമൊക്കെ തൊട്ടാൽ പൊള്ളും. കലങ്ങിമറിഞ്ഞ മനസ്സോടെ നടത്തമുപേക്ഷിച്ച് മത്തായിച്ചൻ വീട്ടിലേക്കു മടങ്ങി.

കൃത്യം 8.45 ന് കാലിൽ ഷൂസും കഴുത്തിൽ കോണകവും ചുമലിൽ കഴുതസഞ്ചിയും കെട്ടിപ്പൂട്ടിയ കൊച്ചുമകനെ സ്കൂൾബസ്സിൽ കയറ്റി വിട്ടിട്ടു മത്തായിച്ചൻ വീട്ടിലേക്കു നടക്കുന്നതിനു പകരം തട്ടാരക്കുടി ക്കവലയിലേക്കു നടന്നു. സ്ത്രീ വിലാപവും പുരുഷബഹളവുമൊക്കെ അയാൾ സങ്കല്പിച്ചു കൂട്ടിയിരുന്നെങ്കിലും കവലയിൽ വിശേഷിച്ചൊന്നും കണ്ടില്ല. ഇത്ര നേരമായിട്ടും ആരും ആൽത്തറയിലേക്കു നോക്കി യില്ലേന്നോ? ഇത്രയും നേരമായിട്ടും ആൽത്തറയിലെ ഗംഭീരമായ അഭാവം ആരും ശ്രദ്ധിച്ചില്ലേന്നോ?

മത്തായിച്ചൻ നോക്കുമ്പോഴുണ്ട് നല്ല സ്റ്റൈലനായി വളച്ചുകെട്ടിനു ള്ളിൽ നിവർന്നു നിൽക്കുന്നു ശ്രീമാൻ മാടൻ തമ്പുരാൻ. ഇരുപുറവും കളത്രങ്ങളുമുണ്ട്. ഇല്ലാക്കരങ്ങൾകൊണ്ട് അവരുടെ ഇല്ലാച്ചുമലുകൾ പിടിച്ചു തന്നോടടുപ്പിച്ചുകൊണ്ട് മാടവിഗ്രഹം മത്തായിച്ചനെ അഭിമുഖീ കരിച്ചു നിന്നു.

മത്തായിച്ചനു തലകറങ്ങുന്നപോലെ തോന്നി.

പിറ്റേന്നു രാവിലേയും ഇതേ കാഴ്ചകളുടെ ആവർത്തനമുണ്ടായി. അഞ്ചേമുക്കാലിനും ആറിനുമിടയ്ക്ക് മത്തായിച്ചന്റെ കൺമുന്നിൽ ആൽത്തറ ശൂന്യം! എട്ടേമുക്കാലിനും ഒമ്പതിനുമിടയ്ക്ക് മത്തായിച്ചൻ നോക്കുമ്പോൾ ആൽത്തറയിൽ സന്തുഷ്ടകുടുംബം!

ആരോടും പങ്കിടാനാവാത്ത രഹസ്യം വലിയ ഭാരമാണ്. അതു നമ്മെ ത്തന്നെ ഞെരിച്ചമർത്തിക്കളയും. മത്തായിച്ചൻ പ്രഭാതനടത്തം നിർത്തിയതും ഒരു വലിയ മൗനത്തിലേക്ക് സ്വയമൊളിച്ചതും ഏലമ്മയെ ചില്ലറയൊന്നുമല്ല തളർത്തിയത്. വെറുതെയിരിക്കാനിഷ്ടപ്പെട്ട മത്തായി ച്ചനെ "എന്നതേലുമൊന്നു പറയച്ചായാ" എന്നു പറഞ്ഞ് ഏലമ്മ സ്ഥിരം ശല്യപ്പെടുത്തി തുടങ്ങി. ഇതിനുമുമ്പ് ഏലമ്മയുടെ സ്ഥിരം പല്ലവി "എന്റെ കർത്താവേ, ഇതിയാനൊന്നു മിണ്ടാതിരിക്കാൻ എന്നാ വേണം?" എന്നായിരുന്നു എന്നുകൂടി ഓർമ്മപ്പെടുത്തട്ടെ.

മത്തായിച്ചനെ വിഴുങ്ങാൻ കാത്തുനില്ക്കുന്ന അൽഷിമേഴ്സ്, ഡിപ്രഷൻ, അംനിഷ്യ തുടങ്ങിയ വാർദ്ധക്യസഹജമായ രോഗങ്ങൾ തന്നോടുള്ള സംവാദംകൊണ്ട് അകന്നു പോകുമെന്നാണ് ഏലമ്മയുടെ വിശ്വാസം. പത്തുവർഷങ്ങളുടെ വിടവ് തന്നെ യൗവനയുക്തയാക്കി നില നിർത്തിയിരിക്കുകയാണെന്നവർ വിശ്വസിക്കുന്നുണ്ട്. സ്വന്തം വാർദ്ധക്യ രോഗങ്ങളെക്കുറിച്ച് വിഷമിക്കുവാൻ തനിക്കിനിയും പത്തു വർഷങ്ങൾ കൂടിയുണ്ടല്ലോ!

കഴിഞ്ഞ പേരന്റ്സ് ഡേക്ക് ആസ്ട്രേലിയയിൽനിന്ന് മകളും മരു മകനും അയച്ച സംയുക്തകാർഡിൽ (അമേരിക്കയിലെ മകനും

സിംഗപ്പൂരിലെ മകളും ആ ദിവസം മറന്നു പോയിരിക്കുന്നു) ഇങ്ങനെയൊരു സന്ദേശമുണ്ടായിരുന്നു.

"ഈ വയസ്സുകാലത്തു നിങ്ങൾക്കാവശ്യം സ്നേഹവും സൗഹൃദവും പരിചരണവുമാണ്. ഞങ്ങൾക്കു സമയമില്ലാത്തതുകൊണ്ട് നിങ്ങൾ പരസ്പരം അവ പകർന്ന് വാർദ്ധക്യം മനോഹരമാക്കുക."

അതിനുള്ള അതിഭയങ്കരൻ ശ്രമമായിരുന്നു ഏലമ്മയുടേത്. .. പലപ്പോഴും അതു ഗുണത്തേക്കാളേറെ ദോഷം ചെയ്തുകൊണ്ടിരുന്നെങ്കിലും താനെന്തുകൊണ്ട് പുലരിനടത്തം നിർത്തിയതെന്നതിനൊരു വിശദീകരണം സഹധർമ്മിണിക്കു നൽകിയേ തീരൂ എന്നു സന്ദിഗ്ധഘട്ടംവരെ മത്തായിച്ചൻ എത്തിച്ചേർന്നു.

മത്തായിച്ചനു മുന്നിൽ രണ്ടു പോംവഴികളുണ്ട്. ഒന്ന്, സത്യം ലോകത്തോടു വിളിച്ചുപറയുക. രണ്ട്. നടത്തം പുനരാരംഭിക്കുക. ആദ്യത്തെ വഴി തന്നെത്തന്നെ കുഴപ്പത്തിലാക്കിയേക്കുമെന്നു കണ്ട് അയാൾ രണ്ടാമത്തേതു സ്വീകരിച്ചു. ഏലമ്മ വീണ്ടും സന്തോഷവതിയാകുകയും അച്ചാർ-കുഴലപ്പം-അവലോസുപൊടി നിർമ്മാണത്തിലേക്കു വീണ്ടും തിരിയുകയും ചെയ്തു.

രണ്ടു ദിവസം റൂട്ടു മാറ്റി സഞ്ചരിച്ച മത്തായിച്ചൻ മൂന്നാംദിവസം വീണ്ടും പഴയ വഴിയെ നടന്നു നോക്കി. അദ്ഭുതം അയാൾ ആവർത്തിച്ചു കണ്ടു. അങ്ങോട്ടുപോകുമ്പോൾ വിഗ്രഹങ്ങളില്ല. ഇങ്ങോട്ടുവരുമ്പോൾ അവർ അറ്റൻഷനായി നിൽക്കുന്നു. ഇത് മറ്റാരും ശ്രദ്ധിക്കാത്തതെന്തേ? അപ്പോൾ തന്റെ ബുദ്ധിയിൽമാത്രം സംഭവിക്കുന്ന വിഭ്രമമാണോ എന്നൊക്കെ വീണ്ടും അയാൾക്കു സംശയമായി. ഇനി ഇതൊക്കെ തന്നെപ്പോലെ മറ്റുള്ളവരും ശ്രദ്ധിച്ചിട്ടു മനഃപൂർവ്വം മിണ്ടാതിരിക്കുന്നതാണോ. കുഴപ്പമൊന്നും ഉണ്ടാക്കേണ്ടെന്നു കരുതി? അങ്ങനെയെങ്കിൽ സമാനമനസ്കരെ കണ്ടെത്തേണ്ടതുണ്ട്.

ഒന്നു പരസ്യം ചെയ്താലോ എന്ന് മത്തായിച്ചനാലോചിച്ചു.

"ഉള്ളിൽ വിങ്ങുന്ന ഒരു രഹസ്യം പങ്കുവെയ്ക്കാനൊരാളെ ആവശ്യമുണ്ട്."

എല്ലാം പരസ്യവിപണിയിലൂടെയാണല്ലോ ഇപ്പോൾ. തന്റെ പരസ്യം വെറും കുതുകികൾ മുതൽ പൊലീസുകൊതുകുകളെവരെ ആകർഷിച്ചേക്കുമെന്ന് കണ്ട് അയാൾ ആ സംശയം വേണ്ടെന്നുവച്ചു.

തട്ടാരക്കുടിക്കവലവഴി നടക്കാനിറങ്ങുന്ന പ്രഭാതയാത്രികരുടെ ഒരു ലിസ്റ്റ് അയാൾ മനസ്സിൽ തയ്യാറാക്കി. ഉണ്ണിത്താനാവും തനിക്ക് അനുയുക്തനെന്ന് കണ്ടെത്തുകയും ചെയ്തു. വിഭാര്യനായതുകൊണ്ട് ഉണ്ണിത്താൻ പെൺചെവികളിലേക്കു രഹസ്യം പുറത്തുവിടില്ല.

പക്ഷേ, അങ്ങനെ താൻ ശാഠ്യം പിടിക്കേണ്ടതുണ്ടോ? രഹസ്യം കാറ്റിനോടു പറഞ്ഞാൽ പോലും പുറത്തുവരുമെന്നാണ് കഥ. പണ്ട്

അയൽവക്കത്തെ കല്യാണി മുത്തശ്ശി പറഞ്ഞുതന്ന കഥ - കഴുതച്ചെവി- അയാളോർത്തു. ഒരു പഴയ മുത്തശ്ശിക്കഥ.

പണ്ടു പണ്ട് ഒരു രാജാവുണ്ടായിരുന്നു. രാജാവിന് മുപ്പതുവയസ്സായപ്പോൾ രണ്ടു ചെവികളും വളരാൻ തുടങ്ങി. രാജാവെന്തോ തെറ്റുചെയ്തിട്ടാണെന്നാണ് കല്യാണിമുത്തശ്ശി പറഞ്ഞത്. എന്തു തെറ്റെന്ന് മത്തായിച്ചന് ഓർക്കാനായില്ല. ഏതോ പെണ്ണിനെ ചതിച്ചതോ കള്ളം പറഞ്ഞതോ മറ്റോ ആവും. ചെവികൾ വളരുംതോറും രാജാവിന് അസ്വസ്ഥതയായി. രാജാവ് ഒരു പ്രത്യേകതരം രോമത്തൊപ്പിയുണ്ടാക്കിവെച്ചു. ചെവികൾ മൂടത്തക്കവിധം ഫിറ്റ്ചെയ്തു. അങ്ങനെ രാജാവ് മാത്രമറിയുന്ന രഹസ്യമായി ചെവികൾ വളർന്നുവന്നു. കഴുതച്ചെവികളുടെ വലിപ്പമെത്തിയ ചെവികളെ സമർത്ഥമായി രാജാവ് എല്ലാവരിൽനിന്നും മറച്ചുവെച്ചു. ഒരു ദിവസം രാജാവിന്റെ അമ്മ മരിച്ചു. ശ്രാദ്ധം ചെയ്യാൻ മുടിവെട്ടിച്ചേ തീരൂ. രാജക്ഷുരകൻ എത്തിച്ചേർന്നു. സ്വകാര്യമുറിയിൽവെച്ചു രാജാവ് തൊപ്പി മാറ്റി. ക്ഷുരകൻ കഴുതച്ചെവികൾ കണ്ട് ഞെട്ടി. രഹസ്യം പുറത്തുവിട്ടാൽ ക്ഷുരകന്റെ തലമുടിയല്ല തലതന്നെ വെട്ടുമെന്ന് രാജാവ്.

കല്യാണിമുത്തശ്ശി അതിഭാവുകത്വത്തോടെയാണ് കഥ പറയുക. രാജാവ്-ക്ഷുരക സംവാദത്തിനിടയിൽ പുറത്തെ ഇടനാഴിയിലൂടെ ചന്ദനക്കിണ്ണവുമായി വരുന്ന പരിചാരകന്റെ കാലൊച്ച കേട്ടതും രാജാവിന്റെ പരിഭ്രാന്തിയുമൊക്കെ ഒരു സ്പെൻസ് കഥയുടെ ത്രില്ലോടെ വർണ്ണിക്കും കല്യാണി മുത്തശ്ശി. കഥപറച്ചിൽ ഒരു മുത്തശ്ശിക്കലയാണെന്ന് മത്തായിച്ചന് തോന്നിയിട്ടുണ്ട്.

രാജാവിന്റെ കഴുതച്ചെവികളുടെ രഹസ്യം ക്ഷുരകൻ പേറിനടന്നു തളർന്നതുപോലെയാണിപ്പോൾ മത്തായിച്ചന്റെ അവസ്ഥ. ആരോടെങ്കിലും പറഞ്ഞേ പറ്റൂ. കഥയിലെ ക്ഷുരകൻ കൊടുങ്കാട്ടിന്റെ ഉള്ളിൽ പോയി (കല്യാണി മുത്തശ്ശിയുടെ കാടുവർണ്ണന എത്ര ഗംഭീരമായിരുന്നെന്നോ! മരങ്ങളും പക്ഷികളും മൃഗങ്ങളും ശബ്ദങ്ങളുമൊക്കെ അനുഭവവേദ്യമാക്കിത്തരുമായിരുന്നു) ഒരു കുഴി കുത്തി ആ കുഴിയിലേക്ക് "രാജാവിന്റെ ചെവി കഴുതച്ചെവിയാണേയ്!" എന്നുറക്കെ അലറി കുഴി മണ്ണിട്ട് മൂടിയാണ് രഹസ്യത്തെ തന്നിൽനിന്ന് പുറത്താക്കുന്നത്. പിന്നെ ഭാരമൊഴിഞ്ഞ മനസ്സുമായി അയാൾ തിരികെ രാജ്യത്തിലേക്കു വന്ന് സാധാരണ മനുഷ്യരെപ്പോലെ ജീവിക്കുന്നു.

ക്ഷുരകന്റെ കുഴിക്കുപകരം മത്തായിച്ചൻ കണ്ടെത്തിയത് ഉണ്ണിത്താനെയായിരുന്നു. ഉണ്ണിത്താനും റാവുത്തരും സണ്ണിച്ചനുമൊക്കെ ഒരുമിച്ച് നടക്കാനിറങ്ങുന്നവരാണ്. കൂട്ടംകൂടിയുള്ള നടത്തം മത്തായിച്ചന് ഇഷ്ടമാവാത്തതിനൊരു കാരണം അതു പ്രോത്സാഹിപ്പിക്കുന്ന പരദൂഷണ പ്രവണതയാണ്. കൂട്ടത്തിൽ നടക്കുന്ന ഒരാൾ ഒരുദിവസം വന്നില്ലെങ്കിൽ അന്നു മറ്റുള്ളവർ സംസാരിക്കുക അയാളെപ്പറ്റിയാവും. വല്ലവരും

പുറത്തേക്കു വിടുന്ന കാർബൺ ഡൈ ഓക്സൈഡ് വിഴുങ്ങി നടക്കുന്നതിനേക്കാൾ എത്രയോ നല്ലതാണ് "കോയി ലോട്ടാ ദേ വോ പ്യാരേ പ്യാരേ ദിൻ," "പർദേശി പർദേശി ജാനാ നഹിം" തുടങ്ങിയ പാട്ടുകളും കേട്ട് ഒറ്റയ്ക്ക് നടക്കുന്നത്. ആൽത്തറ വിഗ്രഹങ്ങൾ കുരുത്തക്കേടു കാട്ടിയില്ലായിരുന്നെങ്കിൽ മത്തായിച്ചൻ സ്വന്തം വടിയിൽ നിന്നുയരുന്ന പാട്ടു കേട്ട് ഏകാന്തപഥികനായിത്തന്നെ നടന്നേനെ.

ഏലമ്മ കുളിമുറിയിൽ കയറിയ സമയംനോക്കി ഉണ്ണിത്താനെ വിളിച്ച് നടത്തം ഒരുമിച്ച് എന്നുറപ്പിച്ച് മത്തായിച്ചൻ സന്തുഷ്ടനായി സ്ത്രീ സീരിയൽ കാണുകയും ഉണ്ണുകയും ഉറങ്ങുകയും ചെയ്തു.

രാവിലെ അയാൾ ഉണ്ണിത്താനുമായി സന്ധിക്കുകയും നടത്തയുടെ വേഗം കുറച്ചുകൊണ്ട് തട്ടാരക്കുടി വിഗ്രഹത്തെപ്പറ്റി സംസാരിക്കുകയും ചെയ്തു. ഒരു ജോടി കഴുതച്ചെവികൾ ഉണ്ണിത്താനും രഹസ്യമായി ഉണ്ടായിരുന്നു. ഒരു പ്രഭാതനടത്തയ്ക്ക് അബദ്ധത്തിൽ ഒറ്റയ്ക്കായിപ്പോയപ്പോഴാണ് അതുണ്ടായത്. അലസമായി ഉണ്ണിത്താൻ നോക്കുമ്പോഴുണ്ട്. തട്ടാരക്കുടിക്കു പിന്നിലെ പുഴക്കരപ്പള്ളിക്കു മുന്നിലെ രൂപക്കൂട്ടിൽനിന്ന് പുണ്യാളൻ അപ്രത്യക്ഷനായിരിക്കുന്നു!

"എന്റെ കർത്താവേ!" മത്തായിച്ചന്റെ നെഞ്ചിടിപ്പ് കൂടാൻ തുടങ്ങി. "നിങ്ങളെന്താ ചെയത്തെന്റെ ഉണ്ണിത്താനെ?"

ഉണ്ണിത്താൻ. "ഞാൻ ഓടിച്ചെന്നു പള്ളീലച്ചനെ വിളിച്ചൊണർത്തി വിവരം പറഞ്ഞു. അച്ചൻ അന്തംവിട്ടിറങ്ങിയോടിവന്നു. നോക്കുമ്പോഴുണ്ട് പുണ്യാളച്ചൻ രൂപക്കൂട്ടിനകത്തു പാമ്പിനേം കൊന്നോണ്ടു നില്ക്കുന്നു."

മത്തായിച്ചൻ. "എന്നിട്ട്?"

ഉണ്ണിത്താൻ. "എന്നിട്ടെന്താ? ഞാൻ രാവിലെ മിലിട്ടറിക്വാട്ടാ തട്ടിയേച്ചാണോ നടക്കാനിറങ്ങിയതെന്ന് അച്ചൻ കളിയാക്കി. പിറ്റേന്നു മനഃപൂർവ്വം ഞാനാ സമയത്തു വന്നപ്പോ പുണ്യാളനില്ല. ഞാൻ പേടിച്ചു പോയി. രാത്രി ഉറക്കത്തിൽ പുള്ളി എന്റടുത്തു വന്നു ശൂലംകൊണ്ടു കുത്താനോങ്ങി. നീ എന്നെക്കുറിച്ച് അപവാദം പറയും ഇല്ല്യോടാ എന്നു ചോദിച്ചോണ്ട്."

മാടൻ/ദേവീ വിഗ്രഹത്തെക്കുറിച്ച് താൻ ഇന്ന് ഉണ്ണിത്താനോട് പറഞ്ഞുപോയതുകൊണ്ട് സ്വപ്നത്തിൽ മൂന്ന്പേരും ഒന്നിച്ചുവന്നു തന്നെ ഭയപ്പെടുത്തുമോ എന്നു മത്തായിച്ചൻ ചകിതനായി. സ്വപ്നത്തിൽ ഒരു പെണ്ണു വന്നെന്നറിഞ്ഞാൽത്തന്നെ ഏലമ്മ ശരിപ്പെടുത്തും. പക്ഷേ, കൊച്ചുവെളുപ്പിനു ദേവന്മാരും ദേവികളും പുണ്യാളനുമൊക്കെ എങ്ങോട്ടാണാവോ പോകുന്നത്? തട്ടാരക്കുടിയിൽ എന്താണാവോ സംഭവിക്കുന്നത്?

മത്തായിച്ചൻ: "തട്ടാരക്കുടിയിലും പരിസരത്തും ഡന്മാർക്കിലെന്നപോലെ എന്തൊക്കെയോ ചീഞ്ഞുനാറുന്നുണ്ട്."

ഉണ്ണിത്താൻ: "അത് അവന്മാർ ഉള്ള വൃത്തികേടുകളെല്ലാം റോഡിൽ കൊണ്ടു തട്ടിയിട്ടാ."

അജ്ഞാനികളോട് സംസാരിച്ചു സമയം കളയേണ്ടതില്ലെന്നു വിചാരിച്ച മത്തായിച്ചൻ മൗനിയായി.

രണ്ടുമൂന്നു ദിവസങ്ങൾ കടന്നുപോയപ്പോൾ റാവുത്തർ ഉണ്ണിത്താനോട് ഒരു രഹസ്യം പറഞ്ഞു. തന്റെ പതിവു നടത്തയ്ക്കിടയിൽ മസ്ജിദിനുള്ളിലേക്ക് നാലു നക്ഷത്രങ്ങൾ ഒരുമിച്ച് പറന്നു കേറുന്നത് അയാൾ കണ്ടുവത്രേ. മൂന്നെണ്ണം കിഴക്കുനിന്നും ഒരെണ്ണം പടിഞ്ഞാറു നിന്നും പറന്നുവരികയായിരുന്നു.

കിഴക്കാണ് തട്ടാരക്കുടി കവല. പടിഞ്ഞാറോട്ടു നീങ്ങുമ്പോൾ പുഴക്കരപ്പള്ളി. കിഴക്കുനിന്നു പാറിവന്നു മസ്ജിദിൽ കയറുന്ന മൂന്നു നക്ഷത്രങ്ങൾ തട്ടാരക്കുടി കവലയിലെ വിഗ്രഹങ്ങളാണെങ്കിൽ പടിഞ്ഞാറു നിന്നു വരുന്ന ഒറ്റനക്ഷത്രം പുഴക്കരപ്പള്ളിയിലെ പുണ്യാളനാവാതെ തരമില്ല. 'എ' 'ബി' യും 'ബി''സി' യുമാണെങ്കിൽ 'എ' 'സി' യാവാതെ വയ്യല്ലോ. പക്ഷേ, ഇവരെല്ലാം കൂടി അതിനുള്ളിലെന്തു ചെയ്യുകയാണ്?

മത്തായിച്ചനിൽ നിന്നും ഉണ്ണിത്താനിൽ നിന്നും റാവുത്തറിൽ നിന്നും അവർ പോലുമറിയാതെ ഇക്കഥ എങ്ങനെയോ പുറത്തായി. അല്ലെങ്കിലും എത്രനാളാണ് ദുർബ്ബല മനുഷ്യർ രഹസ്യങ്ങൾ ചുമക്കുക? കല്യാണി മുത്തശ്ശിയുടെ കഥയിലെ ക്ഷുരകൻ കാട്ടിൽ കുഴിയെടുത്ത് മൂടിയ രഹസ്യംപോലും ഒടുവിൽ പുറത്തുവന്നല്ലോ. ആ കുഴിയിൽ നിന്ന് ഒരു ചെടി മുളച്ചുയരുകയും വേഗംവേഗം വളർന്ന് ആ ചെടി വന്മരമാകുകയും മരത്തടിയിലൊരുഭാഗം ഒരു ചെണ്ടയായി രൂപപ്പെടുകയും ചെണ്ടക്കാരൻ രാജസദസ്സിലെത്തുകയും രാജാവ് അയാളോട് ചെണ്ടകൊട്ടാനാവശ്യപ്പെടുകയും ചെയ്തു. ചെണ്ടയിൽ നിന്നു ശബ്ദമുയർന്നു.

രാജാവിന്റെ ചെവി കഴുതച്ചെവി

രാജാവിന്റെ ചെവി കഴുതച്ചെവി...

അതിനുശേഷമാണ് അരമനരഹസ്യം അങ്ങാടിപ്പരസ്യം എന്ന പഴഞ്ചൊല്ലുണ്ടായതെന്നാണ് കല്യാണിമുത്തശ്ശിയുടെ കഥ.

കുറേശ്ശേ കുറേശ്ശെ ചോർന്ന രഹസ്യം തട്ടാരക്കുടിയാകെ ഇളക്കിമറിച്ചു. സ്ഥലത്തെ സാധാരണക്കാരിൽവരെ കുറ്റാന്വേഷകരുണർന്നു. ഉറക്കം വേണ്ടെന്നുവെച്ച് ആൽത്തറയിലും പുഴക്കരയിലും പള്ളിക്കരികിലും പതിയിരുന്ന പലരും പലതും കണ്ടതായി അവകാശപ്പെടാൻ തുടങ്ങി. ഭൂമിയിൽ സന്മനസ്സുള്ളവർ ദൈവങ്ങളുടെ പേരിൽ തമ്മിൽത്തല്ലി സമാധാനം നശിപ്പിക്കുമ്പോൾ അത്യുന്നതങ്ങളിൽ ദൈവങ്ങളുടെ ഉച്ചകോടി നടക്കുകയോ? ഒരിക്കലും അതു സമ്മതിക്കാൻ പാടില്ലെന്ന് ജാതിമതഭേദമന്യേ പൊതുജനം ആവശ്യപ്പെട്ടു. തുകൽബാഗ്, ചട്ടി, ബക്കറ്റ് തുടങ്ങിയ പാത്രങ്ങളുമായി ജനം പിരിവിനിറങ്ങി. തട്ടാരക്കുടിക്കാർ

'ആൽത്തറ വിഗ്രഹ'ങ്ങൾക്ക് ചുറ്റുമതിലു പണിതുയർത്തി മരവാതിലുണ്ടാക്കി ഗോദ്റേജ് പൂട്ടിട്ടുപൂട്ടി. പുഴക്കരക്കാർ പുണ്യവാളന്റെ കൂടിന് അഴിവാതിൽ പണിയുകയും രാത്രി തിരശ്ശീല വലിച്ചിടാൻ ആളെ വയ്ക്കുകയും ചെയ്തു. അവിടെയും പ്രത്യക്ഷപ്പെട്ടു തിളങ്ങുന്നൊരു തടിയൻ താഴ്. നക്ഷത്രങ്ങൾക്ക് ഒരുതരത്തിലും കടക്കാനൊക്കാത്തവിധം മസ്ജിദ് പുതുക്കിപ്പണിയപ്പെട്ടു.

എല്ലാം ഭദ്രം!

ബഹളമൊതുങ്ങിയ തട്ടാരക്കുടിയിൽ വീണ്ടും പ്രഭാത നടത്തക്കാർ ഇറങ്ങിത്തുടങ്ങി. എല്ലാവരിൽനിന്നുമകന്ന് ത്രീ-ഇൻ-വൺ വടിയുമായി പതിവുപോലെ മത്തായിച്ചനും.

ആൽത്തറയ്ക്കു മുന്നിൽ അയാൾ ഒരു നിമിഷം നിന്നു. സിമന്റു ഭിത്തിയും മേൽക്കൂരയുമൊക്കെയായി മാടൻ തമ്പുരാൻ നല്ല സൗകര്യത്തിൽ ജീവിക്കുകയാണിപ്പോൾ. ഒരു മന്ദസ്മിതത്തോടെ അയാൾ മുന്നോട്ടു നടക്കുമ്പോൾ അപരിചിതമായൊരു സ്വരം പുറകിൽനിന്നു വിളിച്ചു.

"മാത്യൂസ് കുരുവിളേ.. മത്തായിച്ചോ.."

മത്തായിച്ചൻ തിരിഞ്ഞുനോക്കുമ്പോൾ അയാളോളം പൊക്കംവെച്ച് സാക്ഷാൽ മാടൻ തമ്പൂരാൻ കളത്രരഹിതനായി മുന്നിൽ. ആൽത്തറയിലെ അതേ രൂപം, കണ്ണില്ല, മൂക്കില്ല, വായില്ല, കൈയില്ല.

"കെട്ടിടത്തിനുള്ളിലാക്കി താഴിട്ടുപൂട്ടിയാൽ ദൈവങ്ങൾക്കു പുറത്തിറങ്ങാനാവില്ലെന്നു കരുതിയോടാ കുരുവിളേ?"

മത്തായിച്ചൻ ആകെ വിരണ്ടു. പണ്ടെങ്ങാണ്ടു വന്നിട്ടുള്ളതുപോലെ ഹൃദയമിടിപ്പുകൂടാനും ശരീരം വിയർക്കാനും ആരംഭിച്ചു.

"ഹ! ഇങ്ങനെ പേടിക്കാതെടോ" മാടൻ ഭഗവാൻ ആശ്വസിപ്പിച്ചു. എവിടെനിന്നോ ഒരു കാറ്റുവന്നു ദേഹത്തെ തഴുകിയപ്പോൾ മത്തായിച്ചന്റെ അസ്വസ്ഥതകൾ അകന്നുപോയി.

മാടൻ "ഒന്നോർത്താൽ താൻ ചെയ്തതു നന്നായി. രണ്ടു പെണ്ണുങ്ങളേം കൊണ്ട് വെയിലും മഴയുമേറ്റ് രാവും പകലും ആൽത്തറേലിങ്ങനെ ഒരേ നില്പു നിൽക്കുന്നതു ഭയങ്കര പാടാ! താൻ കാരണം ഞങ്ങൾക്കിപ്പോ അല്പസ്വല്പം സ്വകാര്യതയൊക്കെയായി."

മത്തായിച്ചൻ: "ദൈവമല്യേ? ഒരു കൂരയുണ്ടാക്കുന്നതൊക്കെ നിങ്ങൾ ദൈവങ്ങൾക്കു നിസ്സാര കാര്യമല്യേ?"

മാടൻ: "ദൈവമാണെന്നു പറഞ്ഞിട്ടൊന്നും കാര്യമില്ലെടോ. നിങ്ങൾക്കിടയിലുള്ളതുപോലെ ഞങ്ങൾക്കിടയിലുമുണ്ട് ഏറ്റക്കുറച്ചിലും വലിപ്പച്ചെറുപ്പവും മതവും ജാതിയുമൊക്കെ. കണ്ടില്ലേ, ചെലരൊക്കെ താമസിക്കുന്നിടം സ്വർണ്ണംകൊണ്ടു പൊതിയുന്നു. എന്നെപ്പോലുള്ള

അധഃകൃതരൊക്കെ മരച്ചുവട്ടിൽ നിന്നും ഇരുന്നും ജീവിതം കളയുന്നു. നോക്ക്, രണ്ടുഭാര്യമാരുണ്ടെന്നല്ലാതെ നേരെചൊവ്വേ ഒരവയവംപോലും തന്നിട്ടില്ല. ആരോട് പരാതി പറയാനാ? ദൈവമാകുമ്പോ കൊടിപിടിക്കാനും സമരം ചെയ്യാനും പറ്റാത്ത ഗതികേടാ."

മത്തായിച്ചൻ: "അതെന്താ ഇങ്ങനൊക്കെ നിങ്ങൾക്കിടയിലും?"

മാടൻ: "മഹാരഹസ്യങ്ങളൊന്നും വെളിപ്പെടുത്താനാവില്ലെടോ. നിങ്ങളൊക്കെ വിവരവും വിദ്യാഭ്യാസവും ഉള്ളവരായിട്ടും ഞങ്ങളുടെ പേരിൽ തല്ലിച്ചാവുന്നതിന്റെ രഹസ്യമെന്തോന്നാ? വെളിപ്പെടുത്താൻ നോക്ക്. പറ്റൂല്ലാ, അതുപോലാ ഇതും. ഇതൊക്കെയാ ഞങ്ങളാ മസ്ജിദിലിരുന്ന് ചർച്ച ചെയ്തതും."

മാടൻ ഒന്നു നിർത്തി തുടർന്നു. "തന്റെ കൂട്ടുകാരൻ ഓടി വരുന്നെടോ കുരുവിളേ. നമുക്കിനിയും കാണാം. അല്പം സ്വകാര്യതയുണ്ടാക്കിത്തന്നതിനു നന്ദി."

മാടൻ നിന്നിടത്ത് ഇപ്പോൾ കിതച്ചുകൊണ്ട് നിൽക്കുന്നത് ഉണ്ണിത്താനാണ്. വിളറിവെളുത്ത് ഉണ്ണിത്താൻ വല്ലാതെ വിയർക്കുന്നുണ്ടായിരുന്നു. "മത്തായിച്ചാ, മത്തായിച്ചാ" എന്നുമാത്രം ആവർത്തിച്ചു പറയാനേ അയാൾക്കു കഴിഞ്ഞിരുന്നുള്ളൂ. മത്തായിച്ചനെല്ലാം മനസ്സിലായി.

"പുണ്യാളനെക്കണ്ടു സംസാരിച്ചോ താൻ? അയാൾ ചോദിച്ചു.

ഇതെങ്ങനെയറിഞ്ഞെന്ന മട്ടിൽ ഉണ്ണിത്താൻ കണ്ണുതുറിച്ച് മത്തായിച്ചനെ നോക്കിനിന്നു. "ഇനി ഒരാൾകൂടി വരാനുണ്ടല്ലോ" എന്നു പറഞ്ഞ് മത്തായിച്ചൻ അകലേക്കു നോക്കി.

■

കൗസല്യമാരുടെ പ്രാർത്ഥന

അതിരാവിലെ പുറപ്പെട്ടതായിരുന്നു വസുന്ധരയും മനുവും. അതുകൊണ്ട് അവർ നിശ്ചിത സമയത്തിനു മുമ്പുതന്നെ പട്ടണത്തിലെത്തി.

“ഞാൻ പറഞ്ഞതല്ലേ ഇത്രയും നേരത്തേ പുറപ്പെടേണ്ടെന്ന്.” മുഷിവുള്ള മുഖവുമായി മനു പറഞ്ഞു. “എന്തൊരു ധൃതിയായിരുന്നു അമ്മയ്ക്ക്. കോളേജ് തുറക്കേണ്ട പ്യൂൺ ഇപ്പോൾ മൂടിപ്പുതച്ചു കിടന്നുറങ്ങുകയായിരിക്കും.”

വസുന്ധര ഭംഗിയായി ചിരിച്ചു. മകൻ പരിഭവം കാണിക്കുമ്പോഴാണ് അവരിൽ വാത്സല്യം കൂടുതൽ നിറയുക. “കൊച്ചുവെളുപ്പാൻ കാലത്ത് ഉറക്കംപോയ ശുണ്ഠിയാണല്ലോ എന്റെ പൊന്നുമോന്! ഇത്രയും നേരം എന്റെ മടിയിൽ തലവച്ചു കിടന്നുറങ്ങിയിട്ടും മതിയായില്ലേ?”

“കട്ടിലിൽ മൂടിപ്പുതച്ചു കിടന്നുറങ്ങുന്നതിന്റെ സുഖം കിട്ടുമോ വസുന്ധരാമ്മേ?” മകൻ കുട്ടിത്തം വിട്ടുമാറാത്ത തന്റെ ചിരി പുറത്തെടുത്തു.

“നിനക്കു വിശക്കുന്നില്ലേ? സമയം ധാരാളമുണ്ട്.” എന്ന് മകനോട് പറഞ്ഞിട്ട് വസുന്ധര അടുത്തുള്ള ഡ്രൈവ്-ഇൻ-റസ്റ്റോറന്റിലേക്ക് തിരിയാൻ ഡ്രൈവർക്ക് നിർദ്ദേശം നൽകി.

റസ്റ്റോറന്റിൽ ഒരു ടാറ്റാ എസ്റ്റേറ്റിൽ വന്ന രണ്ടു ദമ്പതിമാർ ആഹാരം കഴിക്കുന്നുണ്ടായിരുന്നു. വസുന്ധര മകന് പ്രിയപ്പെട്ട അപ്പവും മുട്ടക്കറിയും ഓർഡർ ചെയ്തു.

“ഹോസ്റ്റലിൽ അപ്പം കിട്ടുമോ ആവോ.” മനു ഉറക്കെ ആത്മഗതം ചെയ്തു. വിശറി മൊരിഞ്ഞ് ബ്രൗൺ നിറമായ അപ്പമാണ് അവന് പ്രിയം.

“പിന്നെ!” വസുന്ധര പരിഹസിച്ചു. “നല്ല എളുപ്പമല്ലേ ഇത്രയും കുട്ടികൾക്ക് രാവിലെ അപ്പം ചുട്ടുതരാൻ! വല്ല ബ്രെഡ്ഡും സ്റ്റ്യൂവുമാകും എന്നും. വീട്ടിലുള്ളവരെ ചാടിക്കുന്നതുപോലെ അവരെ ചാടിച്ചുനോക്ക്.”

മനു പ്രതികരിച്ചില്ല. താനവനെ വിഷമിച്ചുവോ എന്ന് വസുന്ധരയ്ക്ക് സംശയംതോന്നി. അവനെഴുന്നേറ്റ് പുസ്തക റാക്കിന്റെ അടുത്തേക്ക്

പോയപ്പോൾ തെല്ല് അസ്വസ്ഥതയോടെ വസുന്ധര ടോയ്‌ലെറ്റിലേക്ക് നടന്നു.

ആദ്യമായി മകനെ പിരിയുന്നതിന്റെ വിഷമം നിറഞ്ഞുനിൽക്കുന്ന അമ്മയാണവർ. വളർച്ചയുടെ പടവുകളിൽ സ്വാഭാവികമായി വരുന്ന കുഞ്ഞകൽച്ചകൾപോലും അവരിൽ വേദനയണയ്ക്കുമെങ്കിൽ അസ്വാഭാവികമായി വരുന്ന ഈ വലിയ അകൽച്ച അവർ എങ്ങനെയാണ് താങ്ങുക?

വസുന്ധര തിരിച്ചെത്തുമ്പോൾ മകൻ ആസ്ടെറിക്സ് ഡൈജസ്റ്റിൽ കണ്ണുനട്ട് ഇരിക്കുകയായിരുന്നു. മുമ്പിൽ അപ്പവും മുട്ടക്കറിയും എത്തിക്കഴിഞ്ഞിരുന്നു. തെല്ലകലെ ഡ്രൈവർ പൊറോട്ടയും ചില്ലിചിക്കനും വേഗംവേഗം അകത്താക്കുന്നത് തൃപ്തിയോടെ കണ്ടുകൊണ്ട് വസുന്ധര മകനെതിരെ ഇരുന്നു.

“കഴിക്കൂ. ചൂടാറും.”

“അമ്മ വരാൻ കാത്തിരുന്നതാ.” കോമിക്സ് മാറ്റിവെച്ച് മനു പറഞ്ഞു. പ്ലേറ്റുകൾ അടുപ്പിച്ചുകൊണ്ടവൻ കൂട്ടിച്ചേർത്തു. “ഹോസ്റ്റലിൽ ആരും ചൂടായിട്ടൊന്നും തരില്ലല്ലോ. ശീലിക്കട്ടെ!” മൊരിയാത്ത അപ്പച്ചിറകിനെ അവൻ ഉന്മേഷക്കുറവോടെ നോക്കി.

ദമ്പതിക്കൂട്ടം ഏതോ പൊതുതമാശ പങ്കിട്ട് ഉറക്കെ ചിരിച്ചു.

ബില്ലിൽ മൂന്നുപേരുടെ ആഹാരവിലയേ ഉള്ളൂവെന്ന് കണ്ട് വസുന്ധര ചോദിച്ചു.

“ഈ കോമിക്സ് ഇവിടെനിന്നെടുത്തതല്ലേ?”

“അതിന്റെ വില തന്നു.” വെയ്റ്റർ അറിയിച്ചു.

“പൈസ ഉണ്ടായിരുന്നോ മനു?”

“എന്റെ അമ്മയുടെ ബാഗിലുണ്ടായിരുന്നു.” മനുവിന്റെ കള്ളച്ചിരിയിൽ വീണ്ടും ഉത്സാഹം തുടിച്ചു.

പതിനഞ്ചു നിമിഷംകൂടി നീണ്ട കാർയാത്ര അവരെ കോളേജിനു മുന്നിലെത്തിച്ചു. മനുവിന്റെ മുറി പങ്കിടുന്ന കുട്ടി തലേദിവസംതന്നെ എത്തിയിരുന്നു. വസുന്ധര അവനെ പരിചയപ്പെട്ടു. കുടുംബവിവരങ്ങൾ ചോദിച്ചു മനസ്സിലാക്കി. മുറിയിലേക്കു ഡ്രൈവർ മനുവിന്റെ സാധനങ്ങൾ കൊണ്ടുവെച്ചു. റൂംമേറ്റിനോടൊപ്പം ക്ലാസിലേക്ക് പോകുമ്പോൾ മനു ചോദിച്ചു. “ഞാൻ വരുമ്പോ അമ്മ കാണുമോ?”

“കാണും.”

വസുന്ധര ഉറപ്പിച്ചു പറഞ്ഞു. പിന്നെ അവർ മുറി ഒരുക്കാൻ തുടങ്ങി. കട്ടിലിൽ മെത്ത നിവർത്തി ബെഡ്ഷീറ്റ് വിരിച്ചു. തലയിണയിൽ ഉറയിട്ടു. മേശപ്പുറത്ത് താൻതന്നെ നൂൽച്ചിത്രപ്പണികൾ ചെയ്ത മേശവിരിപ്പ് നിവർത്തി. ചിരട്ട പോളിഷ് ചെയ്തുണ്ടാക്കിയ പെൻഹോൾഡറിൽ പേനകൾ കുത്തിനിറുത്തി മേശപ്പുറത്തുവെച്ചു. കുശിനിയിൽപ്പോയി

ജോലിക്കാരെ പരിചയപ്പെട്ടു. അവർ തരാമെന്നുപറഞ്ഞ ചായ വേണ്ടെന്നു വച്ചു. വീണ്ടും വസുന്ധര മുറിയിൽ മകനെ കാത്തിരുന്നു. ആദ്യ ദിവസം ഉച്ചവരെയേ ക്ലാസ് കാണുകയുള്ളൂ. മകനേയുംകൂട്ടി ഏതെങ്കിലും മുന്തിയ ഹോട്ടലിൽ പോയി ആഹാരം കഴിക്കണം. എന്നിട്ടാവാം മടക്കയാത്ര. റൂംമേറ്റ് പയ്യനേയും ഹോട്ടലിലെ ഊണിന് ക്ഷണിക്കണം.

വസുന്ധരയുടെ മയക്കം ഞെട്ടിച്ചുകൊണ്ട് മനുവും കൂട്ടുകാരനും കടന്നുവന്നു. "നേരത്തേ വിട്ടു." അവർ അറിയിച്ചു.

"നല്ല പ്ലേഗ്രൗണ്ടാ അമ്മേ." മനു പറഞ്ഞു. "എന്നും എനിക്ക് ബാസ്ക്കറ്റ് ബാൾ കളിക്കാം. സ്കൂൾ ടീമിൽ എന്റൊപ്പമുണ്ടായിരുന്ന ജോർജ്ജ് ഈപ്പൻ മോളില് 210ലുണ്ട്."

സുഹൃത്തുക്കളുടെ ആൺകുട്ടി വർത്തമാനങ്ങൾ വസുന്ധരയെ ഒരു തിണർത്ത മൗനത്തിനു പിന്നിലൊളിക്കുന്ന അപരിചിതയാക്കി. മകന്റെ ഒരു വാചകം ഇടയ്ക്ക് മുറിച്ച് അവർ ചോദിച്ചു: "നിങ്ങൾക്കു വിശക്കുന്നില്ലേ? നമുക്ക് മൂന്നുപേർക്കും പുറത്തുപോയി വരാം."

"ഊണിന് സമയമായില്ല ആന്റീ." മകന്റെ സുഹൃത്ത് പറഞ്ഞു. "പന്ത്രണ്ട് ആകുന്നതല്ലേയുള്ളൂ. അതുമല്ല ഇവിടെ മെസ്സ് നല്ലതാ. മെനു ഡിസ്പ്ലേ ചെയ്തിരിക്കുന്നതു കണ്ടു. ചിക്കനാണ്. പായസവുമുണ്ട്."

"പുറത്തുപോയാലും നമ്മൾ ഇതൊക്കെയല്ലേ കഴിക്കൂ അമ്മേ. പിന്നെന്തിനാ വെറുതെ.."

"ഹലോ മനൂ." "ഹായ് മനൂ." എന്നൊക്കെ വിളിച്ചുകൊണ്ട് മൂന്നുനാലു പയ്യന്മാർ മുറിക്കുള്ളിൽ വന്നു. വസുന്ധരയെ അവരവിടെ പ്രതീക്ഷിച്ചില്ലെന്നു തോന്നി.

"ക്ലാസ്മേറ്റ്സാണ്. ഇത് അമ്മ."

വീണ്ടുമുയരുന്ന ആൺകുട്ടി വർത്തമാനങ്ങൾ. ഇടയ്ക്ക് അപരിചിതയുടെ സാന്നിദ്ധ്യം ഓർക്കുമ്പോൾ വീഴുന്ന താത്ക്കാലിക കടിഞ്ഞാണുകൾ. വസുന്ധര എഴുന്നേറ്റു.

"നിനക്കെന്തെങ്കിലും വാങ്ങാനുണ്ടോ പുറത്തു നിന്ന്?"

"ഒന്നുമില്ല."

"എങ്കിൽ ഞാൻ പോകുന്നു. ഇപ്പോൾ തിരിച്ചാൽ ഊണുസമയത്ത് വീട്ടിലെത്താം.

"ആന്റിക്ക് ഇവിടെനിന്ന് ഊണുകഴിക്കാം." മകന്റെ റൂംമേറ്റ് മകൻ പറയേണ്ട വാക്കുകൾ പറഞ്ഞു. "മനുവിന്റെ - അല്ല. ഞങ്ങളുടെ ഗസ്റ്റായിട്ട്. അതിനു പ്രൊവിഷനുണ്ട്".

"വേണ്ട മോനേ." വസുന്ധരയുടെ ശബ്ദമിടറി.

അമ്മ കാറിൽ കയറുമ്പോൾ ഒരുനിമിഷത്തേക്ക് മനു ഒന്നുലഞ്ഞു. അതറിഞ്ഞ് ദുർബ്ബലയായ വസുന്ധര അവന്റെ കൈയിൽ പിടിച്ചു. "ഒന്നര

രണ്ട് മണിക്കൂർ യാത്രയല്ലേ ഉള്ളൂ. നാളെ രാവിലെ കൊണ്ടുവിടാം. കൂടെ വരൂ മോനേ."

ആരോ കളിയാക്കിയതുപോലെ മനുവിന്റെ മുഖം ചുവന്നുതുടുത്തു. കൈ വലിച്ചെടുത്തുകൊണ്ട് അവൻ തെല്ലു ലജ്ജയോടെ കൂട്ടുകാരെ നോക്കി. പിന്നെ അർദ്ധദേഷ്യത്തിൽ വസുന്ധരയുടെ നേരം തിരിഞ്ഞു. "ഈ അമ്മയ്ക്കെന്താ?"

അവന്റെ പുതുസുഹൃത്തുക്കൾ ചിരിയടക്കുന്നത് വസുന്ധര കണ്ടു. അവർ കാറിന്റെ ഡോർ വലിച്ചടച്ചു. മനുവും കൂട്ടുകാരും കൈയുയർത്തി വീശി.

"ഫോൺ ചെയ്യണം." ശബ്ദം കലങ്ങാതെ ശ്രദ്ധിച്ച് വസുന്ധര വിളിച്ചു പറഞ്ഞു. "അച്ഛൻ പറഞ്ഞതൊന്നും മറക്കരുത്."

"പ്രലോഭനങ്ങൾ പല രീതിയിലും വരും." അച്ഛൻ തലേന്ന് പറഞ്ഞിരുന്നു. "ചുവടുകൾ പിന്നിലേക്കെടുക്കാൻ പ്രയാസമാണ്. ആലോചിച്ചു കണ്ടറിഞ്ഞ് അവനവന്റെ കാര്യം നോക്കി...."

അച്ഛനങ്ങനെ പലതും അവനു പറഞ്ഞുകൊടുത്തിരുന്നു.

എല്ലാം ഓർത്ത് വസുന്ധര കരയുകയാണ്. അവരുടെ നിറഞ്ഞൊഴുകുന്ന മിഴികൾ കണ്ണാടിത്തുണ്ടിൽ പ്രതിഫലിച്ചുകണ്ട് ഡ്രൈവർക്ക് സഹതാപം തോന്നി. ഇങ്ങോട്ടുള്ള യാത്രയിൽ എത്ര രസമായിരുന്നു! മകനോട് തമാശപറഞ്ഞ്, ശുണ്ഠിപിടിപ്പിച്ച്... പിന്നെ മടിയിൽ തലവെച്ചുറങ്ങുന്ന മകന്റെ മുടിയിൽ ആർദ്രതയോടെ തലോടി... പാവം!

ഡ്രൈവർ സ്വന്തം അമ്മയെക്കുറിച്ചോർത്തുപോയി. അമ്മയ്ക്ക് ഇതുപോലെ പെരുമാറാനൊന്നും അറിയില്ലായിരുന്നു. രാപകലില്ലാതെ അടുക്കളയിൽ പണിയെടുക്കുകയും എല്ലാവരേയും ശപിക്കുകയും ചെയ്യുന്ന യന്ത്രമായിരുന്നു അവർ. ഫീസിന് പൈസ ചോദിക്കുമ്പോൾ വിറകുകമ്പെടുത്ത് തല്ലാൻ വരും.

പാവം! അത് ആ അമ്മയുടെ സാഹചര്യം. ഒരർത്ഥത്തിൽ എല്ലാ അമ്മമാരും പാവങ്ങൾ!

കൊടിപിടിച്ച കൈകളുയർത്തി മുദ്രാവാക്യം വിളിച്ചുകൊണ്ട് ഒരു ചെറിയ ജാഥ എതിർദിശയിൽ നിന്ന് വരുന്നുണ്ടായിരുന്നു.

"നമ്മൾ കറക്ട് സമയത്തു തിരിച്ചു." ഡ്രൈവർ വസുന്ധരയോടു പറഞ്ഞു. കൈലേസിൽ മുഖം തുടച്ചുകൊണ്ട് വസുന്ധര ഡ്രൈവറോടു ചോദിച്ചു. "ങും?"

"നമ്മൾ നേരത്തേ കടന്നുവന്ന ജാഥയുണ്ടല്ലോ. അതിവന്മാരുടെ എതിർ പാർട്ടിക്കാരാ. കൊടീടെ നിറം കണ്ടോ? ഇവരു പാലമിറങ്ങുമ്പം അവരു പാലം കേറിവരുകയായിരിക്കും, മുഖാമുഖം വന്നാൽ പിന്നെ പൊരിഞ്ഞ അടിയായി. നമ്മിളിവിടം പിന്നിട്ടതു നന്നായി."

കാറ് വശം ചേർന്ന് ജാഥക്കാരെ തൊടാതെ വിനയത്തോടെ പോവുകയായിരുന്നു. ആവേശത്തോടെ മുദ്രാവാക്യം വിളിക്കുന്ന ഒരു പയ്യന്റെ കണ്ണുകൾ വസുന്ധരയുടെ കണ്ണുകളിൽ മുട്ടി. മനു? വസുന്ധര വെപ്രാളത്തോടെ നോക്കുമ്പോൾ തന്റെ മുദ്രാവാക്യത്തിന്റെ അവസാന അക്ഷരം ആ നോട്ടത്തിന്റെ ശക്തിയിൽ അരഞ്ഞുപോയതിന്റെ ദേഷ്യത്തോടെ പയ്യൻ കാറിന്റെ ബോഡിയിൽ കൈകൊണ്ട് ശബ്ദമുണ്ടാക്കി അടിച്ചു. ഞെട്ടിത്തിരിഞ്ഞുനോക്കിയ ഡ്രൈവറോട് അവൻ അലറി. "എടുത്തോണ്ടുപോടാ വേഗം. കൊച്ചമ്മമാരേംകൊണ്ടെറങ്ങിയിരിക്കുണു!"

പെട്ടെന്ന് എവിടെനിന്നോ പാഞ്ഞുവന്ന കല്ല് ഒരു ജാഥാംഗത്തിന്റെ പുറത്തുവീണു. മറ്റൊന്ന് വലിയ ശബ്ദമുണ്ടാക്കി കാറിന്റെ പുറത്തുവീണു. ഒരു സർറിയലിസ്റ്റ് ചിത്രംപോലെ ജാഥ വിടർന്നു മലർക്കുമ്പോൾ ഒന്നും മനസ്സിലാകാതെ വസുന്ധര ചോദിച്ചു. "എന്താ, എന്താ പറ്റീത്?"

കാറ് വേഗം മുന്നേട്ടെടുത്തു ഡ്രൈവർ എതിരെ വന്ന ഓട്ടോറിക്ഷയിൽ ഇടിക്കാതെ രക്ഷപ്പെടുന്നതിൽ ശ്രദ്ധിക്കുകയായിരുന്നതുകൊണ്ട് അവർക്ക് മറുപടി ലഭിച്ചില്ല. പിന്നിലേക്ക് തിരിഞ്ഞുനോക്കിയ വസുന്ധര കണ്ടത് കൈയുയർത്തി നിലവിളിച്ചുകൊണ്ട് ഓടിവരുന്ന പയ്യനെയാണ്. അമ്മേ എന്നാണവൻ വിളിക്കുന്നതെന്ന് അവർക്കുതോന്നി. അവനു പിന്നാലെ മറ്റൊരു പയ്യനും ഓടി വരുന്നുണ്ടായിരുന്നു. രണ്ടാം പയ്യൻ തലയ്ക്കു മുകളിലേക്കുയർത്തി പിടിക്കുന്ന വലംകൈയിൽ ചെറുകുമ്പളങ്ങയോളം വലിപ്പത്തിൽ ഒരു കരിങ്കൽചീളുണ്ടായിരുന്നു.

"ദിനേശ്, സ്പീഡ് കുറയ്ക്ക്." അവർ പറഞ്ഞു. "ആ പയ്യനെ മറ്റവൻ കൊല്ലും. നമുക്കവനെ രക്ഷിക്കാം."

"ചേച്ചീ, വേണ്ടാ... വേണ്ടാത്തതിനൊന്നും പോകണ്ട..." ഡ്രൈവർ താക്കീതു നല്കി.

"പറയുന്നത് കേട്ടാൽ മതി." കാറിന്റെ ഡോർ പകുതി തുറന്ന് ഓടി വരുന്ന പയ്യനെ വലിച്ചകത്തിടാൻ തയ്യാറെടുത്തുകൊണ്ട് വസുന്ധര ദേഷ്യപ്പെട്ടു.

പക്ഷേ, കാറിന്റെ തൊട്ടുപിന്നിൽ പയ്യന്റെ ഓട്ടം നിലച്ചു. തുറന്ന ഡോറിലൂടെ നോക്കിയ വസുന്ധര കണ്ടത് അവന്റെ തലയിൽ കരിങ്കൽ ചീളുകൊണ്ട് ആഞ്ഞാഞ്ഞിടിക്കുന്ന രണ്ടാം പയ്യനെയാണ്. അവരുടെ കണ്ണുകൾക്കു മുന്നിൽ അവന്റെ തലയോടു പൊട്ടി വെളുത്ത എന്തോ ഒന്ന് പുറത്തുവരികയും അര സെക്കന്റുകൊണ്ട് അത് വെളുപ്പുമാറി കടും ചുവപ്പ് ചോരയിൽ മുങ്ങുകയും ചെയ്തു.

സ്ഥലവും സമയവും സ്തംഭിച്ചുനിൽക്കേ ചോരപുരണ്ട കരിങ്കൽ കഷണം കൈയിൽ പിടിച്ചുകൊണ്ട് നിവർന്ന രണ്ടാം പയ്യൻ വസുന്ധരയെ ഒന്നുനോക്കി. അവന്റെ കണ്ണുകൾക്ക് മനുവിന്റെ കണ്ണുകളുമായി

തോന്നിച്ച സാദൃശ്യം അവരുടെ നടുക്കത്തിനാക്കം കൂട്ടുമ്പോൾ പയ്യൻ വെട്ടിത്തിരിഞ്ഞ് കടകൾക്കിടയിലൂടെ ഇടവഴിയിലൂടെ ഓടി മറഞ്ഞു. ചോരക്കരിങ്കല്ല് എറിഞ്ഞു കളയാനവൻ മറന്നുപോയിരുന്നു.

കടത്തിണ്ണകളിലും റോഡരികിലും സ്തംഭിച്ചുനിന്ന ജനങ്ങൾക്കു ജീവൻവയ്ക്കെ വസുന്ധരയുടെ അനുവാദമില്ലാതെ ഡ്രൈവർ കാർ പെട്ടെന്ന് മുന്നോട്ടെടുത്തു. അവരുടെ വശത്തെ ഡോറിനെ തന്റെ കൈകൊണ്ടുതന്നെ അകത്തേക്ക് വലിച്ചടച്ച് അതിവേഗത്തിലയാൾ കാർ വിട്ടു. പൊലീസും കേസും കോടതിയും സാക്ഷിയുടെ റോളുമൊക്കെ അയാൾക്കു പണ്ടേ ഇഷ്ടമല്ലാത്തവയാണ്.

വസുന്ധര ആകെ പകച്ച നിലയിലായിരുന്നു. മുയലോ വേട്ടക്കാരനോ, ആരാണ് മനു? ആര് ആരാണെന്നവർക്ക് മനസ്സിലായതേയില്ല.

വീണ്ടും കാറ് സഡൻബ്രേക്കിൽ നിന്നു. ഇപ്പോൾ കാറിനു മുന്നിൽ നിറയെ നാല്ക്കാലികളാണ്. കഴുത്തോടുകഴുത്ത് കമ്പിട്ട് രണ്ടെണ്ണം വീതം കെട്ടിയ അറവു മൃഗങ്ങൾ. തൊലിപ്പുറത്ത് ചുവന്ന ചായത്തിലെ ഴുതിയ നമ്പരുകൾ. റോഡു പരന്നു നീളുന്ന അണിയുടെ കാണാനാവാത്ത അങ്ങേയറ്റത്തെവിടെയോ അവരെ നയിക്കുന്നവരുണ്ടാവാം. യാത്രാവീഥി മുഴുവൻ തങ്ങൾക്കവകാശപ്പെട്ടതാണെന്ന മട്ടിൽ മൃഗങ്ങൾ സാവധാനം നടക്കുന്നു. ഭ്രാന്തമായി ഹോൺ മുഴക്കിക്കൊണ്ട് അവയുടെ പുറകെ സാവധാനത്തിൽ ഡ്രൈവർ കാർ വിട്ടു.

കണ്ണുകളിലെ മങ്ങൽ കൈകൊണ്ട് തിരുമ്മിക്കളഞ്ഞ് വസുന്ധര നോക്കിയപ്പോൾ കണ്ടു. പരസ്പരം കെട്ടപ്പെട്ട് മുന്നോട്ട് മെല്ലെ നീങ്ങുന്ന പട നാൽക്കാലികളുടേതല്ല. മനുവിന്റെ പ്രായത്തിലുള്ള കുട്ടികളുടേ താണ്. അരയ്ക്കു മുകളിൽ നഗ്നരായ കുട്ടികൾ. ഇരുകഴുത്തുകളിൽ വീതം പിടിപ്പിച്ചിരിക്കുന്ന തടിക്കഷണങ്ങളിൽ അവരുടെ കൈകൾ മേലോട്ടു വളർച്ചുയർത്തി കെട്ടപ്പെട്ട നിലയിലായിരുന്നു. ചലന സ്വാതന്ത്ര്യം നിയന്ത്രിക്കപ്പെട്ട ആ കൈകളിൽ പല നിറത്തിലുള്ള കൊടി കൾ പിടിച്ചിരുന്നു. നടുക്കത്തോടെ വസുന്ധര വീണ്ടും കണ്ടു. അവരുടെ പുറത്ത് ചുവന്ന ചായത്തിലെഴുതിയിരിക്കുന്നത് നമ്പരുകളല്ല. ഇംഗ്ലീഷ് അക്ഷരങ്ങളാണ്. അത് ചുവന്ന ചായവുമല്ല. ഓരോ കൊടിയിലേയും ഇംഗ്ളീഷ് അക്ഷരങ്ങൾ അതു പേറുന്നവന്റെ മുതുകിൽ ചാപ്പ കുത്ത പ്പെട്ടിരിക്കുന്നു. KSU..SFI..ABVP അങ്ങനെയങ്ങനെ ഓരോ അക്ഷര ത്തിൽനിന്നും കണ്ണീരുപോലെ നിർത്താതെ നിർത്താതെ ചോരയൊഴു കുന്നു. മുദ്രാവാക്യസദൃശ്യ ശബ്ദങ്ങൾ പുറപ്പെടുവിക്കുന്ന ഈ അണി കളുടെ അദൃശ്യരായ നേതാക്കന്മാരെവിടെ? ഏതു തീൻമേശയിലേക്കു പാകപ്പെട്ടു വരുവാനാണീ യാത്ര?

വസുന്ധരയുടെ തല പെരുത്തുകയറി. അടിവയറ്റിൽ നിന്നൊരു കയ്പുനീർ അവളുടെ വായിലൂറി നിറഞ്ഞു. പെട്ടെന്ന് കാറിനു തൊട്ടു

മുന്നിൽ കാണുന്ന നഗ്ന മുതുകിനുമുകളിൽ വസുന്ധരയുടെ കണ്ണുകൾക്കു മുന്നിൽ വെച്ച് ടിക്-ടിക്-ടിക് എന്നു തൊലിപൊട്ടി ചതപൊട്ടി മലയാള അക്ഷരങ്ങൾ പ്രത്യക്ഷപ്പെട്ടു. ഓരോ മുതുകിനും ചോരയൊഴുകുന്ന മൂന്നക്ഷരങ്ങൾ വീതം.

ര-ക്ഷി-ക്കൂ!

പുറകിൽ രക്തം വാർന്നൊഴുകുമ്പോഴും തങ്ങളുടെ മുൻവശം കൊണ്ട് ആ ഇരുകാലികൾ കൊടികൾ പിടിക്കുകയും വ്യക്തമല്ലാതെ എന്തൊക്കെയോ ആവർത്തിച്ചുവിളിക്കുകയും ചെയ്തുകൊണ്ടിരുന്നു.

കൈകൾകൊണ്ട് ചെവിപൊത്തി കണ്ണുകളിറുക്കിയടച്ച് വസുന്ധര ഉറക്കെ നിലവിളിച്ചു.

"ചേച്ചീ." ഡ്രൈവർ വിളിച്ചു. "ചേച്ചീ വീടെത്തി."

വസുന്ധര ഞെട്ടി കണ്ണു തുറന്നു, വീടിന്റെ പോർട്ടിക്കോയിൽ നിൽക്കുന്ന കാറിന്റെ ഉള്ളിലാണ് താനെന്നും കാറിനുള്ളിൽ ഡ്രൈവറും വെളിയിൽ വയ്പുകാരിയും തന്നോടെന്തോ പറയുന്നുണ്ടെന്നും അവര റിഞ്ഞു. വയ്പുകാരി ആവർത്തിച്ചു. "സാർ ഇപ്പോഴും വിളിച്ചിരുന്നു. ചേച്ചി യെത്തിയാലുടൻ ഓഫീസിലേക്ക് വിളിക്കാൻ പറഞ്ഞു."

കാറിൽ നിന്നും ചാടിയിറങ്ങി വസുന്ധര പറഞ്ഞു: "നിലവിളക്കു കൊളുത്തൂ."

"നിലവിളക്കോ?" ഡ്രൈവറും വെപ്പുകാരിയും അമ്പരപ്പോടെ പരസ്പരം നോക്കി. "ഉച്ചയ്ക്ക് രണ്ടുമണിക്കോ?"

"അതെ." വസുന്ധര പിറുപിറുത്തു. "സമയം പ്രശ്നമല്ല. എന്തെങ്കിലും ചെയ്തേ തീരൂ."

അസാധാരണമായ ധൃതിയിൽ അവർ പൂജാമുറിയിലേക്ക് കയറി. നിലവിളക്കിൽ എണ്ണയൊഴിച്ച് തിരിയിട്ടു കൊളുത്തി നിലത്തു ചമ്രം പടഞ്ഞിരുന്നു. പുരുഷ - സ്ത്രീ ദൈവങ്ങളെയാകെ യാചനാപൂർവ്വം നോക്കി തൊഴുത് കണ്ണടച്ച് മനസ്സ് ഏകാഗ്രമാക്കി. പിന്നെ ചുണ്ടുകൾ ചലിച്ചു.

"എൻ മകനാശു നടക്കുന്ന നേരവും.."

പെട്ടെന്നവർ കണ്ണുതുറന്ന് അരനിമിഷം പകച്ചിരുന്നു. പിന്നെ വരി തിരുത്തി ആവർത്തിച്ചു. "എൻ മക്കളാശു നടക്കുന്ന നേരവും..

കൽമഷം തീർന്നിരുന്നീടുന്ന നേരവും

തൻമതി കെട്ടുറങ്ങീടുന്ന നേരവും

സമ്മോദമാർന്നു രക്ഷിച്ചീടുവിൻ നിങ്ങൾ."

പ്രാർത്ഥനാമുറിയും പ്രാർത്ഥനയുമില്ലാത്ത അമ്മമാർ, അവയിലൊന്നും വിശ്വാസമില്ലാത്ത അമ്മമാർ, എല്ലാ അമ്മമാർക്കു വേണ്ടിയും വസുന്ധര പ്രാർത്ഥിച്ചുകൊണ്ടിരുന്നു. മറ്റൊന്നും അവർക്ക് ചെയ്യാനാവില്ലല്ലോ. ∎

സുരുചിയുടെ പുനർജനി

മാന്യസഹോദരിയെ എനിക്കു മനസ്സിലാകുന്നില്ല. കവിളിൽ മുഖക്കുരു കൂമ്പിയ സ്ത്രീ പറഞ്ഞു. അവരുടെ അറ്റം മുകളിലേക്കുയർന്ന മൂക്കായിരുന്നു സുരുചിക്ക് ഏറ്റവും ചേതോഹരമായി തോന്നിയത്. ചില പഴയ ഇംഗ്ലീഷ് മാസികകളിൽ കഥാനായികമാർക്ക് ചിത്രകാരന്മാർ ഇത്തരം മൂക്കുകൾ വരച്ചു ചേർത്തിട്ടുണ്ട്. തോളറ്റം വെട്ടിയ മുടിയും കറുത്ത സ്ലീവ്‌ലെസ് ടോപ്പുമിട്ട അത്തരം അനവധി മദാമ്മമാർ സുരുചിക്ക് ബാല്യകാലത്ത് അതിസുന്ദരികളായി തോന്നിച്ചിരുന്നു.

"എനിക്കു തോന്നുന്നില്ല," ഭംഗിയുള്ള മൂക്കുള്ള സ്ത്രീ തുടർന്നു പറയുകയായിരുന്നു. "എനിക്കിത് ഒട്ടുംതന്നെ ശരിയായിട്ടു തോന്നുന്നില്ല. മാന്യസഹോദരിയും ഞാനും സ്ത്രീപീഡനത്തിനെതിരാണ്. സ്ത്രീയെ പുരുഷന്മാർ പല രംഗങ്ങളിലും ചൂഷണം ചെയ്യുന്നുണ്ടെന്ന് ഞങ്ങൾ രണ്ടുപേരും സമ്മതിക്കുന്നു. സ്ത്രീ-പുരുഷ സമത്വമാണ് ഞങ്ങൾ രണ്ടുപേരുടേയും ലക്ഷ്യം. പിന്നെയെങ്ങനെ ഞാൻ മാത്രം ഫെമിനിസ്റ്റായി?"

ആൾക്കാർ ഉറക്കെ ചിരിച്ചു.

"എനിക്കൊരു മറുപടി തരാൻ മാന്യസഹോദരി ബാധ്യസ്ഥയാണ്." അവർ പറഞ്ഞു.

എല്ലാ കണ്ണുകളും തനിക്കുനേരെ തിരിയുന്നത് സുരുചിയറിഞ്ഞു. അവൾക്കാകെ വല്ലാത്ത മടുപ്പുതോന്നിത്തുടങ്ങിയിരുന്നു. എങ്ങുമെത്താത്ത വാചകക്കസർത്തുകൾ രാവണൻകോട്ടപോലെ ചുറ്റിച്ചുറ്റി അനന്തമായി നീളുന്നു. ഇല്ലാത്ത ഭിത്തിയിൽ പിടിച്ച് ഇങ്ങനെ അലഞ്ഞു നടക്കുന്നതിനേക്കാൾ എത്രയോ ഭേദമാണ്, സുരുചി വിചാരിച്ചു. തന്റെ ഒതുക്കമുള്ള കിടപ്പറയിലെ വീതിക്കട്ടിലിൽ സംതൃപ്തനായുറങ്ങുന്ന കൂട്ടുകാരന്റെ കരങ്ങൾക്കുള്ളിൽ മനസ്സിലെ ആശയക്കുഞ്ഞുങ്ങളുടെ ചലനമറിഞ്ഞുകൊണ്ട് ഒരാലസ്യത്തിന്റെ മയക്കത്തിൽ കിടക്കുക. എന്തിനാണ് നല്ല ദിനങ്ങളെയൊക്കെ ബലികൊടുത്ത് താനീ വാഗ്വാദത്തിന്റെ ചുഴിമലരിയിൽ എത്തിപ്പെട്ടതെന്ന് അവൾ സ്വയം കുറ്റപ്പെടുത്തി. ആൾക്കാരുടെ നോട്ടത്തിന്റെ ചൂടു വർദ്ധിക്കുന്നതറിഞ്ഞ് മടുപ്പോടെ സുരുചി പറഞ്ഞു: "ഈ ചോദ്യത്തിനുത്തരം ചോദ്യമുതിരുന്നതിനു

മുമ്പുതന്നെ ഞാൻ പറഞ്ഞു കഴിഞ്ഞതാണ്. ലക്ഷ്യം മാർഗ്ഗത്തെ സാധൂകരിക്കുന്നില്ല. എന്റെ പ്രബന്ധത്തിന്റെ നാലാംപേജിലെ അവസാന ഖണ്ഡിക ശ്രദ്ധാപൂർവ്വം വായിക്കാൻ ഞാൻ നിങ്ങളോടപേക്ഷിക്കുന്നു". "അത് വിശദീകരണമർഹിക്കുന്നുണ്ടെന്നുതന്നെ എനിക്കു തോന്നുന്നു." കൈയിലെ പ്രബന്ധത്തിന്റെ പേജുകൾ ധൃതിയിൽ മറിച്ചുകൊണ്ട് ആ സ്ത്രീ പറഞ്ഞു. "നാലാംപേജിന്റെ ഒടുവിൽ നിങ്ങൾ പറയുന്നത് ഇതാണ്.

മിത്രമേ, അവർ നിങ്ങളെ വിടില്ല." സുരുചിയുടെ ഇടതുവശത്തിരുന്ന പ്രദീപ് റെയ്ന എന്ന കന്നടക്കാരൻ പറഞ്ഞു. "ഇവർ നിണത്തിനായി കച്ചകെട്ടിയിറങ്ങിയിരിക്കുന്നു."

"എന്നിൽനിന്ന് അവർക്കതു കിട്ടാൻ പോകുന്നില്ല." സുരുചി പറഞ്ഞു. "നല്ലത്. " കന്നടക്കാരൻ അഭിനന്ദനപൂർവ്വം ചിരിച്ചു പിന്നെ തികച്ചും സ്വാഭാവികമെന്നോണം അവളുടെ വലതുകൈ കവർന്നെടുത്ത് മെല്ലെ അമർത്തി മുഖഭാവം ഒട്ടും മാറാതെ സുരുചി കൈ വലിച്ചെടുത്തു.

നല്ല മൂക്കുള്ള സ്ത്രീ നാലാംപേജിലെ അവസാന ഖണ്ഡിക ഉറക്കെ വായിക്കുകയായിരുന്നു. ദൈവമേ, സുരുചി നെടുവീർപ്പിട്ടു. "ഇനി ഏതു നൂലാമാലയിലേക്കാണ് ഇവരെന്നെ വലിച്ചുകൊണ്ടു പോകുന്നത്! വാക്കുകൾ.. വാക്കുകൾ .... അർത്ഥമില്ലാത്ത വാക്കുകൾ... മിണ്ടാതിരുന്നാൽ മോശക്കാരായിപ്പോകുമെന്നോർത്ത് മാത്രം പലരുമുതിർക്കുന്ന വാക്കുകൾ. ഈ വാക്കുകൾ നദിക്കു കുറുകെ കെട്ടിയ പാലങ്ങളല്ല. നെടുകെയും കുറുകെയും കെട്ടിയ നൂലേണികൾ മാത്രം. ഞാണിന്മേൽ കളിക്കാർക്ക് അഭ്യാസങ്ങൾ കിട്ടാനുള്ള നൂലേണികൾ.

"ഇവരുടെ നാട്ടിൽ ഇവരൊരു വലിയ ഫെമിനിസ്റ്റാണ്." കന്നടക്കാരൻ പതിഞ്ഞ സ്വരത്തിലറിയിച്ചു. "മുദ്രാവാക്യം, ധർണ, സത്യാഗ്രഹം, കോർട്ടുകേസുകൾ ഒക്കെയുണ്ട്. ത്രിപുരയിൽ ആണുങ്ങൾക്കൊക്കെ ഭയങ്കര പേടിയാണിവരെ. സ്ത്രീയെ പേടിക്കേണ്ട വസ്തുവാക്കിത്തീർക്കുന്നതാണോ ഫെമിനിസം? എനിക്കത്തരക്കാരെ ഇഷ്ടമല്ല. സ്ത്രീക്ക് സ്ത്രീത്വമാണ് വേണ്ടത്."

കന്നടക്കാരൻ സുരുചിയുടെ വശത്തേക്ക് ചരിഞ്ഞിരുന്നാണ് അത്രയും പറഞ്ഞത്. തന്റെ ചുമലിൽ അയാളുടെ ചുമലുരുമ്മിയത് മനഃപൂർവ്വമായിരുന്നില്ലെന്നു വിശ്വസിക്കാനവൾ ശ്രമിച്ചു. അയാളുടെ ഷർട്ടിൽനിന്ന് വിമ്മിട്ടമുണ്ടാക്കുന്ന ഒരു ഗന്ധം പ്രസരിക്കുന്നതും അവളറിഞ്ഞു. വിലകുറഞ്ഞ ആ ഗന്ധം വിലകൂടിയ ഏതോ സുഗന്ധദ്രവ്യത്തിന്റേതായിരുന്നു.

"സഹോദരീ," ആ സ്ത്രീ വിളിച്ചു. "ഈ വാചകങ്ങളിൽത്തന്നെയാണ് എന്റെ സംശയം. ഇവിടെ നിങ്ങൾ..."

"ഒരു നിമിഷം..." സഭാദ്ധ്യക്ഷനായിരുന്ന ബാനർജി ഇടപെട്ടു. "സുരുചി ഗുപ്തയുടെ വാചകങ്ങൾ സ്വയം വിശദീകരിക്കുന്നുണ്ടെന്നുതന്നെ എനിക്കു തോന്നുന്നു. ഇനി മറ്റൊരു വിശദീകരണത്തിന്റെ ആവശ്യമില്ല. അടുത്ത പ്രബന്ധാവതാരകർക്കുള്ള സമയമാണിത്. അതിനുമുമ്പ് ചായയ്ക്കുവേണ്ടി ഒരിടവേള."

“നിങ്ങൾ ചായയോ കാപ്പിയോ കുടിക്കുക?” കണ്ണടക്കാരൻ ചോദിച്ചു.

“എന്തും..” സുരുചി അറിയിച്ചു.

“നിങ്ങൾ ഇവിടെത്തന്നെയിരിക്കുക. ആ തിരക്കിനിടയിൽവന്നു ബുദ്ധിമുട്ടണ്ട. ഞാൻ നമ്മുടെ കപ്പുകളുമായി ഇപ്പോൾ വരാം.”

ഇരുന്നു കടഞ്ഞ കാലുകൾ ഒന്നു നിവർത്തുവാനായി സുരുചി മെല്ലെ എഴുന്നേറ്റു. അപ്പോൾ അവൾക്ക് ചുറ്റും വന്നുനിന്നുകൊണ്ട് അവർ അവളെ അഭിനന്ദിച്ചു സംസാരിച്ചു. അവരുടെ കൈകളിൽ ചായ/കാപ്പി കപ്പുകളുണ്ടായിരുന്നു. അവരുടെ വാക്കുകളിൽ കശുവണ്ടിപ്പരിപ്പു മണത്തു.

കണ്ണടക്കാരൻ അതീവശ്രദ്ധയോടെ അവളുടെ കൈയിൽ ചായക്കപ്പും കശുവണ്ടിപ്പരിപ്പിന്റെ കൂടും ഏല്പിച്ചു. ഫ്രഞ്ച് താടിവെച്ച വൃദ്ധൻ അയാളോടു ചോദിച്ചു.

“പ്രദീപ്, നിങ്ങളുടെ ഭാര്യ ഇപ്പോഴെങ്ങനെയുണ്ട്?”

“വലിയ കുഴപ്പമില്ല.” കണ്ണടക്കാരൻ പറഞ്ഞു.

“മടക്കയാത്രയിൽ ഞാനും നിങ്ങളോടൊപ്പം വരുന്നു. എനിക്ക് അവരെ കാണണമെന്നുണ്ട്. അവരുടെ സൊന്ദേഷിന്റെ സ്വാദ് ഇപ്പോഴുമെന്റെ നാവിലുണ്ട്. പാവം കുട്ടി.”

“ബിംല അവളുടെ അമ്മയുടെ വീട്ടിലാണ്.”

“എന്തേ?”

ആവശ്യമില്ലാത്ത കാര്യങ്ങളെപ്പറ്റി അന്യർ തിരക്കുന്നതിൽ പ്രകടമായ ഈർഷ്യയോടെ കണ്ണടക്കാരൻ പറഞ്ഞു: “അവൾക്ക് പരിചരണമില്ലാതെ പറ്റില്ല. ഞാനെപ്പോഴും തിരക്കിലാണ്; എനിക്ക് അതിനു നേരവുമില്ല. അതുകൊണ്ട് അമ്മയുടെ വീട്ടിലാക്കി. മാഡം സുരുചി, നിങ്ങളിരിക്കുക. വാഗ്വാദങ്ങൾ നിങ്ങളെ ക്ഷീണിപ്പിച്ചിരിക്കുന്നു. ചായ കുടിച്ചാലും.”

“പക്ഷേ, പ്രദീപ്, നിങ്ങളുടെ കുഞ്ഞുങ്ങൾ?”

സുരുചി തന്റെ ചായക്കപ്പുമായി തെന്നിമാറി. അവളെത്തിപ്പെട്ടത് മുഖക്കുരുവും നല്ല മൂക്കുമുള്ള സ്ത്രീയുടെ മുന്നിലായിരുന്നു.

“നിങ്ങളൊരു ഭീരുവാണ്.” ആ സ്ത്രീ കയർത്തു. “സത്യം തുറന്നു പറയാൻ നിങ്ങൾക്ക് ഭയമാണ്. നിങ്ങളെപ്പോലെയുള്ളവർ സ്ത്രീത്വത്തിനു തന്നെ അപമാനമാണ്. നിങ്ങളീപ്പറയുന്ന ആദർശമൊന്നും ഈ ലോകത്തിൽ പ്രായോഗികമല്ല. നിങ്ങൾക്കറിയുമോ പന്ത്രണ്ടാം വയസ്സിൽ അമ്മയായ ഒരു കുഞ്ഞിനെ? അവർക്കു നിങ്ങളുടെ ആദർശ സ്ത്രീകഥാപാത്രമാകാൻ പറ്റുമോ എന്നെങ്കിലും?. ഏ. സി. വീട്ടിൽ ഭർത്താവും കുട്ടികളുമൊത്ത് സുഖിച്ചുകഴിയുന്ന നിങ്ങൾക്ക് അന്യരുടെ വേദനയറിയുമോ?”

“എന്റെ വീട്ടിൽ ഏ.സിയില്ല” സുരുചി അറിയിച്ചു. “പതിനാലു കോണിപ്പടികൾ കയറിയാലെത്തുന്ന ഒരു ഫ്ളാറ്റാണെന്റേത്. ഞങ്ങൾ സ്നേഹത്തിൽ വിശ്വസിക്കുന്ന സാധാരണക്കാർ.”

"സ്നേഹം!" ആ സ്ത്രീ ഉറക്കെച്ചിരിച്ചു. "നാലാം വയസ്സിലും എഴുപതാം വയസ്സിലും ബലാത്സംഗം ചെയ്യപ്പെട്ടവരെ ഞാൻ നിങ്ങൾക്കു കാട്ടിത്തരാം. നിങ്ങളുടെ സ്നേഹംകൊണ്ട് അവരുടെ മുറിവുണങ്ങുമോ?"

"കത്തിയും കൊടുത്ത് ലോകത്തിലേക്കിറക്കിവിടുന്നതിലും നല്ലതാണ്." സംസാരം കേട്ടുനിന്ന ഒരു യുവാവ് പറഞ്ഞു. "വെറുപ്പിന്റെ മതത്തെക്കാൾ സ്നേഹത്തിന്റെ മതമാണ് എപ്പോഴും സ്വാഗതം ചെയ്യപ്പെടുക."

"ശുദ്ധഭോഷ്ക്!" ദേഷ്യംകൊണ്ടവർ ചുവന്നു. "എന്റെ യുവ സുഹൃത്തേ, സ്നേഹമെന്നത് ഇന്നത്തെ ഏറ്റവും വലിയ തമാശയാണെന്നു മനസ്സിലാക്കുക ഒരു സ്നേഹവും ഇന്നില്ല. നെറികെട്ട കാമമേയുള്ളൂ."

അപ്പോൾ ഔദ്യോഗിക നടപടികൾ പുനരാരംഭിക്കുന്നതിന്റെ മണി മുഴങ്ങുകയും ആളുകൾ ഒഴിഞ്ഞ ചായക്കപ്പുകളും സിഗരറ്റുമുറികളും അവിടവിടെ ഉപേക്ഷിച്ചുകൊണ്ട് മുറിയിലേക്കു തിരക്കിട്ടു നടക്കാൻ തുടങ്ങുകയും ചെയ്തു.

"മിസ്സിസ്സ് ഗുപ്താ," ആ സ്ത്രീ സുരുചിയുടെ കൈയിൽ പിടിച്ചു നിർത്തി. "നിങ്ങൾ വിദ്യാഭ്യാസവും മനുഷ്യാവബോധവുമുള്ളവളല്ലേ? എനിക്കു നിങ്ങളോടു തനിച്ചു സംസാരിച്ചാൽ കൊള്ളാമെന്നുണ്ട്. നിങ്ങളുടെ മുറിയുടെ അടുത്തതിനടുത്തുള്ള മുറിയാണെന്റേത്. നമ്പർ 312. അത്താഴത്തിനുശേഷം നിങ്ങൾ വരുമെന്നു ഞാൻ പ്രതീക്ഷിക്കുന്നു."

സുരുചി ഹാളിനുള്ളിലേക്കു കടക്കുമ്പോൾ തന്റെയരികിലെ ഒഴിഞ്ഞ സീറ്റുചൂണ്ടി പഴയ കണ്ണടക്കാരൻ അവളെ ക്ഷണിച്ചു. അയാളെ അവഗണിച്ചുകൊണ്ട് അവൾ പിൻനിരയിൽ ജനാലയ്ക്കരുകിലുള്ള വിശാലമായ ഇരിപ്പിടങ്ങളിലൊന്നിൽ അമർന്നു. വലിപ്പമേറിയതുകൊണ്ടുതന്നെ ആ ഇരിപ്പിടം അവൾക്ക് ആവശ്യത്തിലേറെ സുഖവും സൗകര്യവും നല്കി. ആദിവാസി യുവജനങ്ങളെക്കുറിച്ചുള്ള പ്രബന്ധാവതാരകൻ തന്റെ സ്ത്രൈണ ശബ്ദത്തിൽ വായന തുടങ്ങിയപ്പോൾ സുരുചി തന്റെ മനസ്സിന്റെ കവാടങ്ങൾ അയാൾക്കുനേരെ ബന്ധിച്ചുകൊണ്ട് തന്റെ ലോകത്തിൽ വിഹരിക്കുവാൻ തുടങ്ങി.

ചെവിക്കരികിൽ ഒരു ശബ്ദം ആവർത്തിച്ചു കേൾക്കുന്നതുപോലെ തോന്നിയപ്പോൾ അവൾ മെല്ലെ കണ്ണുതുറന്നു നോക്കി. തൊട്ടരികിലെ വലിയ ഇരിപ്പിടത്തിൽ കഴിഞ്ഞ സഭാദ്ധ്യക്ഷൻ ബാനർജിയായിരുന്നു.

"നിങ്ങൾ ഉറങ്ങുകയായിരുന്നുവോ?"ൃ്യ അയാൾ ചോദിച്ചു.

"ഏയ്. അല്ല."

"ഉറങ്ങിയാലും കുഴപ്പമില്ല." സ്വരം താഴ്ത്തി അയാൾ പറഞ്ഞു. "പുതുതായി ഒന്നുമില്ല കേൾക്കാൻ. എല്ലാം വെറും ആവർത്തനങ്ങൾ മാത്രം. നിങ്ങൾ പറഞ്ഞതെനിക്കിഷ്ടമായി കേട്ടോ. അതാണ് ആ സ്ത്രീയുടെ അവസാന ചോദ്യത്തിൽനിന്ന് നിങ്ങളെ ഞാൻ രക്ഷിച്ചത്."

നന്ദി പ്രതീക്ഷിച്ചുകൊണ്ട് അയാൾ സുരുചിയെ ഉറ്റുനോക്കി. പ്ലാവിലകൾ പ്രതീക്ഷിച്ചു തലയുയർത്തി നില്ക്കുന്ന കോലാടിനെ സുരുചി ഓർത്തുപോയി.

"എന്തൊക്കെയായാലും ഈ ഫെമിനിസ്റ്റുകൾ വലിയ ശല്യം! ഭാരതീയ സ്ത്രീത്വത്തിന്റെ കടയ്ക്കലാണവർ കത്തിവെയ്ക്കുന്നത്. ഇതിന്റെ നഷ്ടം ഒരു തലമുറ കഴിഞ്ഞേ നാമറിയൂ. അപ്പോഴേക്കും വൈകിപ്പോകും."

സുരുചി കത്തുന്ന മുഖഭാവത്തോടെ ബാനർജിക്കു നേരെ തിരിഞ്ഞു. "അതിശയംതന്നെ, താങ്കളിതു പറയുന്നത്. ലേഖനങ്ങളിലൂടെ, പ്രസംഗങ്ങളിലൂടെ ആദ്യമായി ഫെമിനിസത്തെ ന്യായീകരിച്ച ഇന്ത്യൻ പൗരന്മാരിലൊരാൾ! ഇപ്പോഴെങ്ങനെ കളംമാറ്റി ചവിട്ടാനാകുന്നു?"

ബാനർജി വ്യക്തമായും പരുങ്ങുമ്പോൾ മറുപടി പ്രതീക്ഷിക്കാത്തതുപോലെ സുരുചി പ്രസംഗകന്റെ വാക്കുകളിലേക്കു തിരിഞ്ഞു. സ്ത്രൈണ സ്വരത്തിൽ പ്രബന്ധം വായിക്കുന്ന ആ യുവാവ് ശബ്ദമിടറിയപ്പോൾ നിർത്തി വെള്ളം കുടിച്ചു. ഹാളിൽ പൊടുന്നനെ പരന്ന നിശ്ശബ്ദതയിൽ സ്വരം താഴ്ത്തി ബാനർജി പറഞ്ഞു:

"സുരുചിഗുപ്താ, നിങ്ങളുടെ രോഷം ഞാൻ മനസ്സിലാക്കുന്നു. പക്ഷേ, എനിക്കെന്റെ മാറിയ നിലപാട് വിശദീകരിക്കാനൊരവസരം തരൂ. ഇടയ്ക്കു പറഞ്ഞോട്ടെ, രോഷം കൊള്ളുമ്പോൾ നിങ്ങളെക്കാണാൻ നല്ല ചന്തമാണ്. നിങ്ങളുടെ റൂം നമ്പർ 310 അല്ലേ? അത്താഴത്തിനുശേഷം നമുക്ക് കാണാം. എന്റെ മാറ്റം നിങ്ങൾക്കു ഞാൻ ബോധ്യപ്പെടുത്തി ത്തരാം."

"സോറി, എനിക്കു താല്പര്യമില്ല."

ബാനർജി അടക്കിച്ചിരിക്കുന്നതു കേട്ടപ്പോൾ വൃത്തികെട്ടവൻ എന്നു മനസ്സിൽ പിറുപിറുത്തുകൊണ്ട് സുരുചി വീണ്ടും പ്രബന്ധാവതാരകനിലേക്കു തിരിഞ്ഞു. ചെറുപ്പമാണെങ്കിലും സ്ത്രൈണ ശബ്ദമാണെങ്കിലും അയാളുടെ ആശയങ്ങൾക്കു മൗലികതയുണ്ടെന്നവൾ മനസ്സിലാക്കി. ശ്രദ്ധിച്ചുകേട്ടുകൊണ്ടിരിക്കുമ്പോൾ ആകസ്മികമെന്നോണം ഒരു പുരുഷഹസ്തം അവളുടെ കൈത്തണ്ടമേൽ ഉരസിമാറി. ഞെട്ടിത്തിരിഞ്ഞവൾ നോക്കുമ്പോൾ അടുത്തുള്ള മാന്യദേഹം പ്രബന്ധത്തിൽ സ്വയം ലയിച്ച് ഇരിക്കുന്നതാണ് കണ്ടത്.

ഒരുപാട് പുരുഷമുഖങ്ങൾ ചേർന്ന് ഒന്നായ ഒരു ബീഭത്സമുഖം തന്നെ നോക്കി നിൽക്കുന്നതായി സുരുചിക്കുതോന്നി. അവൾ ഹാളുപേക്ഷിച്ച് പുറത്തിറങ്ങി, റിസപ്ഷനിൽ അനുവാദം വാങ്ങി തന്റെ നാട്ടിലേക്കു വിളിച്ചു.

"മുന്നീ, ബാബ എത്തിയില്ലേ ഇതുവരെ?"

"ഇല്ല മാ," മകൾ പറഞ്ഞു. "ബാബ ഓഫീസിലുണ്ടാവുംന്നു പറഞ്ഞു. അങ്ങോട്ടു വിളിച്ചുനോക്കൂ."

പക്ഷേ, സുരുചി വീണ്ടും വിളിച്ചത് അതേ നഗരത്തിൽതന്നെയുള്ള ഒരു നമ്പറായിരുന്നു. കുരികിൽ പക്ഷിയെപ്പോലെ പിടയുന്ന അവളുടെ മനസ്സിന് ആരോടെങ്കിലും എന്തിനോടെങ്കിലും ഒന്നു സംവദിച്ചേ മതിയാകുമായിരുന്നുള്ളൂ.

"എന്തുപറ്റി, ശബ്ദം വല്ലാതിരിക്കുന്നല്ലോ," സുഹൃത്തു പറഞ്ഞു. "പേപ്പർ നന്നായില്ലേ?"

"ഒന്ന് ഇതുവഴി വരുമോ, തിരക്കില്ലെങ്കിൽ?"

"നിനക്കുവേണ്ടി മാറ്റിവയ്ക്കാനാവാത്തത്ര തിരക്ക് എനിക്കൊരിക്കലും ഉണ്ടായിരുന്നില്ലല്ലോ. ഞാനിതാ എത്തി."

കാറിനുള്ളിൽ സുഹൃത്ത് സുരുചിക്കേറ്റവുമിഷ്ടപ്പെട്ട മീരാഭജന്റെ കാസറ്റിട്ടു. ഗിരിധാരിയെ വിളിച്ചു കേഴുന്ന മീരയുടെ ഗാനത്തിൽ അവളുടെ അസ്വസ്ഥതകൾ അലിയാൻ തുടങ്ങി. അവൾക്ക് അപ്പോൾ നിശ്ശബ്ദതയാണാവശ്യമെന്നറിയാവുന്ന സുഹൃത്ത് വെറുതെ ഡ്രൈവു ചെയ്തുകൊണ്ടിരുന്നു.

പിന്നെ ആൾത്തിരക്കാർന്ന സമുദ്രതീരത്ത് സൂര്യൻ മറയുവോളം അവർ സംസാരിച്ചിരുന്നു.

"സാരമില്ല." സുഹൃത്ത് ആശ്വസിപ്പിക്കാൻ ശ്രമിച്ചു. "ഇത്തരക്കാരെ ആദ്യമായിട്ടല്ലല്ലോ നീ കാണുന്നത്. സ്വയം ബലഹീനയാകരുതെന്നേയുള്ളൂ. പക്ഷേ എനിക്കു മതിയായി."

സുരുചി പറഞ്ഞു. "മിക്കവാറും എല്ലാ പേർക്കും ഒരേ മുഖം ഇനി ഞാനെങ്ങോട്ടുമില്ല."

"അങ്ങനെ തീരുമാനിക്കാൻ ഏതു ഭീരുവിനും കഴിയില്ലേ? എന്റെ പ്രിയപ്പെട്ടവൾ ഒരു ഭീരുവല്ലല്ലോ." അവന്റെ ചിരിക്കുന്ന കണ്ണുകളിൽ നിറയെ സ്നേഹമായിരുന്നു. സുരുചി നേർത്ത ചിരിയോടെ നീട്ടിയ കൈ അവൻ തന്റെ കൈക്കുള്ളിലാക്കി. അവൾ പറഞ്ഞു.

"എല്ലാം ഒരാളോടു തുറന്നുപറയാൻ ആർക്കുമാവില്ല. പക്ഷേ, എനിക്ക് നിന്നോടതിനു കഴിയുന്നു. പണ്ടു നമ്മളെടുത്ത തീരുമാനം എത്ര ശരിയായിരുന്നു! ബന്ധങ്ങളിൽ കുടുങ്ങിയാൽ രഹസ്യങ്ങൾ സൂക്ഷിച്ചേ മതിയാവൂ. നോക്കൂ. ഞാൻ മരിച്ചാൽ എന്റെ ജീവചരിത്രം നീയെഴുതണം."

"ഈ സന്ധ്യയിൽ മരണത്തെക്കുറിച്ചു പറയാതെ, "അവൻ ചുമലിലൂടെ കൈയിട്ട് ആർദ്രതയോടെ അവളെ തന്നോടു ചേർത്തു.

സുരുചി പിടഞ്ഞെഴുന്നേറ്റു. "അങ്ങനെയിപ്പോൾ കഥ കാല്പനികതയിലേക്കു വീഴണ്ട. എനിക്കു വിശക്കുന്നു. ഭക്ഷണം വാങ്ങിത്തരൂ."

"ഇഫക്ട് കളഞ്ഞേ അടങ്ങൂ അല്ലേ?" അവൻ അവളുടെ കൈയിൽ പിടിച്ചെഴുന്നേറ്റു.

മെഴുകുതിരി വെളിച്ചവും സരോദിന്റെ നാദവും പശ്ചാത്തലമൊരുക്കിയ അത്താഴത്തിനുശേഷം അവളെ വാസസ്ഥലത്താക്കി ശുഭരാത്രി

ആശംസിച്ച് സുഹൃത്ത് മടങ്ങി. അവന്റെ ചുവന്നകാർ പുൽമുറ്റം ചുറ്റി മറഞ്ഞപ്പോൾ ഉയരുന്ന നഷ്ടബോധത്തെ ബലംപ്രയോഗിച്ചമർത്തി സുരുചി ഉള്ളിലേക്കു നടന്നു. ഇടറുന്ന കാലുമായി കോലാടിനെപ്പോലൊരു രൂപം അവളുടെ വഴി തടഞ്ഞു.

“നിങ്ങളെവിടെയായിരുന്നു മിസ്സിസ് ഗുപ്താ? ഗംഭീരനൊരത്താഴം നിങ്ങളല്ലാതെയാരെങ്കിലും കളയുമോ? യമുനാനദിപോലെയല്ലേ ലഹരിയൊഴുകിയത്?”

ഉള്ളിൽനിന്നും പുറപ്പെട്ട ശബ്ദത്തെ തടഞ്ഞുകൊണ്ട് ബാനർജി തുടർന്നു: “നിങ്ങൾ ആരുടെയോ കാറിൽകയറിപ്പോയെന്ന് ആരോ ആരോടോ പറയുന്നതു കേട്ടല്ലോ.എന്തായിരുന്നു. ങേ? നിങ്ങൾ എന്നോടു ക്ഷമിക്കണം. ഞാനല്പം കൂടുതൽ കഴിച്ചിട്ടുണ്ട്. വിളഞ്ഞ സ്കോച്ചും നിറഞ്ഞ പെണ്ണും ആർക്കു വേണ്ടെന്നുവെയ്ക്കാനൊക്കും?”

സുരുചി ലിഫ്റ്റിലേക്കു കയറുമ്പോൾ അയാൾ പുറകെ വിളിച്ചു. “വരുന്നതിന് മുമ്പ് ഞാൻ റൂമിലേക്ക് ഫോൺ ചെയ്യാം. നിങ്ങൾ വസ്ത്രം മാറി വിശ്രമിക്കുക. അല്ല, നിങ്ങൾ കാറിൽ കയറിപ്പോയിട്ട്.. നിങ്ങൾക്ക് ഒരുപാട് ക്ഷീണമൊന്നുമില്ലെന്നു ഞാൻ വിശ്വസിച്ചോട്ടെ?”

സുരുചി ലിഫ്റ്റുപേക്ഷിച്ച് ദൃഢമായ കാൽവെയ്പുകളോടെ ബാനർജിക്കുനേരെ ചെന്നു. “എന്താണ് നിങ്ങളുദ്ദേശിക്കുന്നത്?”

അവളുടെ ഉയർന്ന ശബ്ദത്തിനു മുന്നിൽ അയാൾ പരുങ്ങി. “അല്ല എന്റെ നിലപാട് മാറിയത്-ഫെമിനിസത്തെക്കുറിച്ചേയ്.. വിശദീകരിക്കാൻ ഞാൻ മുറിയിൽ വന്നാൽ ബുദ്ധിമുട്ടാവുമോ എന്ന്...”

“ഞാനൊരു വിശദീകരണവും നിങ്ങളോടാവശ്യപ്പെട്ടില്ലല്ലോ.” സുരുചി ശബ്ദം വീണ്ടുമുയർത്തി മുന്നോട്ടു വന്നു. റിസപ്ഷനിലുള്ളവർ നോക്കുന്നതുകണ്ട് ബാനർജി എല്ലാം തമാശയാക്കാനൊരു ശ്രമം നടത്തി. അതുശരി, നിങ്ങളാവശ്യപ്പെട്ടില്ല അല്ലേ? നന്നായി. നന്നായി. എനിക്കു ബുദ്ധിമുട്ടൊഴിഞ്ഞല്ലോ. ശുഭരാത്രി മിസ്സിസ്സ് ഗുപ്താ, ശുഭരാത്രി.”

ചിരി അഭിനയിച്ച് അയാൾ നടന്നകലുമ്പോൾ ഫെമിനിസത്തെക്കുറിച്ചുള്ള നിലപാട് അയാൾ വീണ്ടും മാറ്റിയേക്കുമെന്ന് സുരുചിക്കു തോന്നി.

മുറിയുടെ പൂട്ടുതുറക്കാനവൾ ശ്രമിക്കുമ്പോൾ ഒരു വാതിലിന്നപ്പുറം തന്റെ മുറിവാതിൽ തുറന്ന് നല്ല മൂക്കുള്ള സ്ത്രീ പുറത്തേക്കു നോക്കി.

“നിങ്ങൾ വന്നുവോ സുരുചി ഗുപ്താ? ഡിന്നർ സമയത്ത് കണ്ടില്ലല്ലോ എവിടെയായിരുന്നു നിങ്ങൾ?”

“വെറുതെ ഒരു ഡ്രൈവിനു പോയി.”

സുരുചി വാതിൽ തുറന്നു കഴിഞ്ഞിരുന്നു.

“ഉറക്കം വരുന്നില്ലെങ്കിൽ നിങ്ങൾക്ക് ഇങ്ങോട്ട് വരാം.” ആ സ്ത്രീ ക്ഷണിച്ചു. “ഞാൻ കുറച്ച് ലഘുലേഖകൾ കൊണ്ടുവന്നിട്ടുണ്ട്. നിങ്ങൾ അവ കാണണമെന്ന് ഞാൻ താല്പര്യപ്പെടുന്നു.”

മറുപടി പറയാതെ ശുഭരാത്രി പറഞ്ഞ് സുരുചി മുറിക്കുള്ളിൽ കടന്നു.

പെട്ടെന്ന് മുറിക്കുള്ളിൽ ഫോൺ ശബ്ദിച്ചു. ബാനർജിയുടെ ശബ്ദം അവളോടു പറഞ്ഞു. “സുരുചി ഗുപ്താ ഞാൻ ഖേദിക്കുന്നു. നിങ്ങളോടെനിക്ക് ദേഷ്യമില്ല. കാരണം.. കാരണം...”

“ശരി” സുരുചി ഫോൺ വെച്ചു. ഏതാണ്ടുടനെതന്നെ അത് വീണ്ടും ശബ്ദിക്കാൻ തുടങ്ങി. അപരിചിതമായൊരു ശബ്ദം സംസാരിച്ചു: “അഭിനന്ദനങ്ങൾ മാഡം.. എനിക്കു നിങ്ങളോടു കുറച്ചു സംസാരിക്കണമെന്നുണ്ട്. അയാം അവിനാശ് അറോറ ഫ്രം...”

അവൾ ഫോൺ വെച്ചു.

ഒരു നിമിഷത്തിനുശേഷം ഫോൺ വീണ്ടും ശബ്ദിക്കുവാൻ തുടങ്ങി. റിസീവർ എടുത്തു താഴ്ത്തിവച്ചിട്ട് സുരുചി മേൽ കഴുകുവാൻ പോയി. വസ്ത്രം മാറി അവൾ കിടക്കാനൊരുങ്ങുമ്പോൾ വാതിൽക്കൽ മുട്ടുകേട്ടു. പീപ്ഹോളിലൂടെ നോക്കി വെയിറ്ററാണെന്നുറപ്പു വരുത്തി അവൾ വാതിൽ തെല്ലു തുറന്നു.

“മാഡം ഫോണിന്റെ റിസീവർ ശരിക്കു വെച്ചിട്ടില്ലെന്ന് റിസപ്ഷനിൽ നിന്നു പറഞ്ഞയച്ചു. കോളുകൾ വന്നു മടങ്ങുന്നുണ്ട്.”

സുരുചി കതകടച്ചു. റിസീവർ തിരികെ വച്ചതും ഫോൺ ശബ്ദിക്കുവാൻ തുടങ്ങി. ഓരോ മണിനാദവും ബീഭത്സമായി അവൾക്കു ചുറ്റും അലറിക്കളിച്ചു. നിർത്താതെ-നിർത്താതെ. ഭ്രാന്തമായ വേഗത്തിൽ മുറിവിട്ട് ഓടി ഇറങ്ങിയ സുരുചി ഒരു വാതിലിന് അപ്പുറത്തുള്ള മുറിയുടെ വാതിലിൽ മുട്ടി. നല്ല മൂക്കുള്ള സ്ത്രീ വാതിൽ തുറന്നു.

“നിങ്ങളോ? നിങ്ങൾ വരില്ലെന്നു കരുതി. ഞാനുറങ്ങാൻ കിടന്നതായിരുന്നു.”

“ദയവുചെയ്തെന്നെ അകത്തു കയറ്റൂ.” സുരുചി അപേക്ഷിച്ചു. “ദയവുചെയ്ത് നിങ്ങളുടെ ലഘുലേഖകൾ എന്നെ കാണിക്കൂ.”

അവരുടെ പ്രതികരണത്തിനു കാത്തു നില്ക്കാതെ അവൾ അവളെ തള്ളിമാറ്റിക്കൊണ്ട് മുറിക്കുള്ളിലേക്കു കടന്നു. കട്ടിലിൽനിന്ന് ഇളിഞ്ഞ ചിരിയോടെ എഴുന്നേല്ക്കുന്ന രൂപത്തിന്റെ പരിചിതമുഖം കണ്ട് അവൾ ആകെ പതറി. പരമമായ ഒരു സത്യം ബോദ്ധ്യപ്പെടുകയായിരുന്നു, സുരുചിക്കപ്പോൾ. എല്ലാ പുനർജനികളുടേയും നിയന്ത്രണ ചങ്ങലകൾ എപ്പോഴും പരുക്കൻ കൈകളിൽതന്നെയാകുന്നു. പിന്നെ സുരുചി പുനർജനിച്ചിട്ടെന്തുകാര്യം?

■

ഒപ്റ്റിക്കൽ ഇല്യൂഷൻ

നേത്രരോഗവിദഗ്ധൻ സുന്ദരനായിരുന്നു. അയാൾ പറഞ്ഞു. "മിസ്സ്. നിങ്ങൾ ലോകത്തെ ശരിയായ വിധത്തിലല്ല കാണുന്നത്. നിങ്ങളുടെ വിടർന്ന കണ്ണുകൾക്ക് റിഫ്രാക്ടറി എറർ ഉണ്ട്."

അയാൾ തുടരെത്തുടരെ മരുന്നൊഴിച്ചു വികസിപ്പിച്ച കൃഷ്ണമണികൾ എന്നെ വല്ലാതെ അസ്വസ്ഥയാക്കിയിരുന്നു. അവയിലേക്ക് തന്റെ ഹെഡ്ബെൽറ്റിലെ ലൈറ്റടിച്ച് അയാൾ ഒന്നുകൂടി പരിശോധിച്ചു. പുരുഷദാർഢ്യത്തെക്കാൾ സ്ത്രൈണത മുറ്റിനിന്ന ആ കവിൾത്തടങ്ങളിലേക്ക് എന്റെ നോട്ടം പറന്നുചെന്നു. "ഇവിടെ, എന്റെ വിരൽത്തുമ്പിലേക്ക് നോക്കൂ," അയാൾ പറഞ്ഞു. "നിങ്ങളുടെ തലവേദന ഗൺഷോട്ടുപോലെ നിൽക്കത്തക്കവിധമുള്ള കണ്ണടയ്ക്ക് എഴുതിത്തരാം."

കുറിപ്പടിവാങ്ങി എന്റെ സഹോദരൻ നൂറുരൂപയുടെ ഒരുനോട്ട് മേശപ്പുറത്തുവെച്ചു.

"എല്ലാവരും നൂറ്റിഅമ്പതും ഇരുനൂറുമൊക്കെയാണ് തരുന്നത്. ഡോക്ടർ പറഞ്ഞു." സാധനങ്ങൾക്കൊക്കെ വല്ലാതെ വില കയറിയില്ലേ! നിങ്ങൾ പഴയ പതിവുകാരായതുകൊണ്ട് ഇത്തവണ ഇതുമതി. "ശംഭു അൻപതു രൂപകൂടെ വയ്ക്കുമെന്ന് ഞാൻ കരുതിയെങ്കിലും അവനതു ചെയ്തില്ല. മുറിക്കു പുറത്തിറങ്ങുമ്പോൾ ഡോക്ടറിൽ ഞാൻ കണ്ട സൗന്ദര്യം ഒരു റിഫ്രാക്ടറി എറർ ആയിരുന്നുവോ എന്ന് സംശയം തോന്നാതിരുന്നില്ല.

"ഹിപ്പോക്രാറ്റീസിന്റെ സത്യവാചകം ചൊല്ലിയ ഹിപ്പോക്രിറ്റ്!" ശംഭു പ്രാകി. "എന്തൊരാർത്തിയാണ് പണത്തിനോട്! ഇവനൊന്നും ഒരിക്കലും ഗുണംപിടിക്കാൻ പോകുന്നില്ല."

മാർബിൾ പടിമേൽ എന്റെ കാലിടറി. വലുതായ കൃഷ്ണമണികൾ കാഴ്ചയെ തടസ്സപ്പെടുത്തുന്നുണ്ടായിരുന്നു.

"വീഴരുത്." ശംഭു എന്റെ കൈയിൽ ക്രൂരമായി പിടിച്ചു. "വീണ് എനിക്ക് ജോലിയുണ്ടാക്കി വയ്ക്കരുത്."

"നമുക്ക് ഒരോട്ടോറിക്ഷ പിടിക്കുക" ഞാൻ നിർദ്ദേശിച്ചു. സൂര്യപ്രകാശം തട്ടുമ്പോൾ കണ്ണുകൾ നന്നേ വേദനിക്കുന്നു.

"ഓട്ടോക്കാർക്കു കൊടുക്കുവാൻ ധാരാളം പൈസയുള്ള ധനിക നാണെന്നു ഞാനെന്നാണോ വിചാരം?" അവൻ കയർത്തു. "ബസ് സ്റ്റോപ്പുവരെ നടന്നാൽ മതി. രാപ്പകൽ ഞാൻ കഷ്ടപ്പെടുന്നതിനെപ്പറ്റി നിങ്ങൾക്കാർക്കെങ്കിലും എന്തെങ്കിലും വിചാരമുണ്ടോ? എല്ലാവർക്കും അവരവരുടെ കാര്യം മാത്രം. ഒന്നു ഞാൻ പറയാം. ഇങ്ങനെ അലക്കു കഴുതയായി ഏറെനാൾ തുടരുവാൻ എനിക്കു കഴിഞ്ഞില്ലെന്നു വരാം."

ആളില്ലാതെ വന്ന ഓട്ടോറിക്ഷയെ ഞാൻ കൈകാണിച്ചു നിർത്തി. "അപ്പോൾ ഓട്ടോപിടിക്കാൻ നിനക്കു കണ്ണുകാണാം." ഓട്ടോറിക്ഷ യിലിരുന്ന് ശംഭു പിറുപിറുത്തു. "നിങ്ങളെല്ലാം തനി സ്വാർത്ഥരും ദുഷ്ട രുമാണ്. ഉഴവുകാളയെപ്പോലെ മടയ്ക്കുവാൻ ഞാനുള്ളപ്പോൾ നിങ്ങൾക്ക് അങ്ങനെയാകരുതോ? ഇനി കണ്ണട വെയ്ക്കുവാൻ പോകുന്നു! അതിന്റെ കുറവു മാത്രമേ ഉണ്ടായിരുന്നുള്ളൂ."

രണ്ട്

"ഈ ഫ്രെയിം," കടയുടമസ്ഥൻ പറഞ്ഞു. "ഈ ഫ്രെയിം കടലിനടി യിലെ ഒരു പ്രത്യേക ജീവിയുടെ പുറന്തോടുകൊണ്ടു നിർമ്മിച്ചതാണ്. നിലത്ത് എത്ര ശക്തിയിലെറിഞ്ഞാലും പൊട്ടില്ല. കാറ്റ്, ചൂട്, വെള്ളം എല്ലാറ്റിനേയും ചെറുക്കും. ഇത്രയും ഗുണമുള്ളപ്പോൾ വില കണക്കാ ക്കേണ്ടതില്ലല്ലോ."

"ഞാൻ അത്രവലിയ ധനവാനല്ല," ശംഭു അറിയിച്ചു. "ഈ കടയിലെ ഏറ്റവും കുറഞ്ഞ വിലയ്ക്കുള്ള ഫ്രെയിം മതി."

ഒരു തൂവലിന്റെ കനം മാത്രമുള്ള ആ ഫ്രെയിം എന്റെ കൈയിലി രുന്ന് മെല്ലെ വിറച്ചു. സൂര്യപ്രകാശത്തിന് ഒരിക്കലുമെത്താൻ കഴിയാത്ത കടലടിത്തറയിൽ മരിച്ചു മലർന്ന ഒരജ്ഞാത ജീവിയുടെ വിചിത്രമായ കട്ടിപ്പുറന്തോട്. നേർത്ത ഫ്രെയിമിനുള്ളിൽ ഞാൻ കടലിന്റെ ഞരക്കം കേട്ടു. ആരോ എന്നോടു പറയുന്നതുപോലെ: മടിക്കരുത്. മനസ്സിൽ തോന്നുന്നത് ചെയ്യുവാൻ മടിക്കരുത്.

കടയുടമ ശംഭുവിനോട് വിശദീകരിക്കുകയായിരുന്നു. "പ്രിയപ്പെട്ട സർ, കുറഞ്ഞ വിലയ്ക്കുള്ള ഫ്രെയിം വാങ്ങിയാൽ മറ്റൊന്നു വാങ്ങുവാനായി നിങ്ങൾ വേഗം മടങ്ങിവരേണ്ടിവരും. അതിലും നന്നല്ലേ ആയുഷ്ക്കാലം നിൽക്കുന്ന ഒരെണ്ണം വാങ്ങുന്നത്?"

"ആയുഷ്ക്കാലം മുഴുവൻ ഞാനിവളെ സംരക്ഷിക്കണമെന്നാണോ നിങ്ങൾ പറയുന്നത്?" ശംഭു കയർത്തു. "അതു വളരെ നന്നായി! ഞാനൊരു വണ്ടിക്കാളയായി ജന്മം തുലയ്ക്കണമെന്നാണോ?"

"എനിക്കീ ഫ്രെയിം മതി." പഴ്സു തുറന്നു നൂറിന്റെ നോട്ടുകൾ പുറ ത്തെടുത്ത് ഞാൻ പറഞ്ഞു. "എത്രവിലയായാലും ഇതുമതി."

"താങ്ക്യൂ മിസ്സ്. നിങ്ങളിതിനു ദുഃഖിക്കേണ്ടിവരില്ല. ജപ്പാനിൽനിന്ന് ഇത്തരം മൂന്നു കണ്ണട ഫ്രെയിം വരുത്തിയതിൽ അവസാനത്തേതാണിത്.

69

ഇത് നിങ്ങളുടെ സുന്ദരമായ മുഖത്തിന് എന്നും അലങ്കാരമായിരിക്കും. ഇന്നു സായാഹ്നത്തിൽ വരിക. ചില്ലുകൾ ഘടിപ്പിച്ചു വയ്ക്കാം."

കടയ്ക്കു പുറത്തു കാത്തുനിന്ന ഓട്ടോറിക്ഷയിലേറുമ്പോൾ ശംഭുവിന്റെ മുഖം കടന്നൽ കുത്തിയതുപോലെ വീർത്തിരുന്നു, വാഹനം ചലിക്കാനാരംഭിച്ചതും പ്രതീക്ഷിച്ചതുപോലെ അവൻ സംസാരിക്കുവാൻ തുടങ്ങി.

"നിനക്കെവിടെനിന്നാണ് ഇത്രയും പണം? എനിക്കറിയാം. അമ്മയും പെങ്ങന്മാരും ചേർന്ന് എന്നെ ചതിക്കുകയാണ്. നിങ്ങളെന്താണ് മറിച്ചുവിറ്റത്? അരിയോ, തേങ്ങയോ, കുരുമുളകോ? എല്ലാ ഒന്നാം തിയതിയും കൈനിറയെ പൈസ തരാൻ ഞാനുള്ളപ്പോൾ നിങ്ങൾക്കു സ്വന്തമായി സമ്പാദിക്കരുതോ? ഈ നാട്ടിൽ ആണുങ്ങൾ സ്വതന്ത്രരാണെന്ന് ഏതു വിഡ്ഢിയാണു പറഞ്ഞത്?"

വേഗം വീടെത്തിയാൽ വേദനിക്കുന്ന കണ്ണുകളടച്ച് ഒന്നു വിശ്രമിക്കാൻ കിടക്കാമായിരുന്നു. ഞാനോർത്തു.

"പറയെടീ," ശംഭുവിന്റെ സ്വരമുയർന്നു. "എവിടെനിന്നു കിട്ടി ഞാനറിയാതെ നിനക്കീ പണം?"

"ഞാനൊന്നും മറിച്ചുവിറ്റിട്ടില്ല." ക്ഷീണസ്വരത്തിൽ ഞാൻ പറഞ്ഞു. "എന്റെ ട്യൂഷൻ വിദ്യാർത്ഥിനികൾ ഫീസു തന്നത് കൂട്ടിവച്ചതാണ്."

"ട്യൂഷനോ? ഞാനറിയാതെ അങ്ങനെയും ബിസിനസ്സോ? അതുശരി. രാവിലെ മുതൽ രാത്രിവരെ ജോലിചെയ്ത് ഞാനുണ്ടാക്കുന്നതു പൊതുസ്വത്ത്. എന്റെ വീട്ടിൽ സ്വകാര്യ ബിസിനസ്സുകൾ നടത്തി കിട്ടുന്ന കാശ് ഓരോരുത്തരുടെ സ്വന്തം ആവശ്യങ്ങൾക്ക്. ഇല്ല, അതു ശരിയാവില്ല. ഞാനും ഇനിമേലിൽ എന്റെ സ്വന്തം കാര്യം നോക്കുവാൻ പോകുന്നു. സ്വകാര്യസമ്പാദ്യമുണ്ടാക്കി പുതിയ ഷർട്ടുകളും ട്രൗസറുകളും വാങ്ങാൻ പോകുന്നു."

മൂന്ന്

"**കൊ**ച്ചേച്ചിക്കു പ്രായം കുറഞ്ഞു. നല്ല കണ്ണട! നല്ല ചേർച്ച." അനുജത്തിമാർ പറഞ്ഞുകൊണ്ടിരുന്നു. സുനന്ദേടത്തി ഒന്നും പറഞ്ഞില്ല. നരച്ചു മഞ്ഞച്ചു പിന്നിയ ബ്രാസ്സിയേഴ്സിൽ പുതിയ ഇലാസ്റ്റിക് തയ്ച്ചു പിടിപ്പിച്ചുകൊണ്ട് വരാന്തക്കൈവരിയിൽ അവർ വിഷാദഭാവത്തോടെ ഇരുന്നു. അകത്ത് അമ്മ ശംഭുവിന് ചായയും ഇലയടയും വിളമ്പുമ്പോൾ പിറുപിറുത്തു. "ഇനി തലവേദനയെന്നുപറഞ്ഞ് അശ്രീകരം പിടിച്ച് ഓരോയിടത്തു ചുരുണ്ടുകൂടി കിടക്കാതെ പണിചെയ്യുമല്ലോ!"

ഇലയട തിന്നുകൊണ്ട് ശംഭു വിളിച്ചു പറഞ്ഞു: "എടീ, ആ ചില്ലു പൊട്ടാതെ സൂക്ഷിച്ചോണം. ഇനി കണ്ണടത്തെരുവിലോ ആ ആർത്തിപ്പണ്ടാരം ഡോക്ടറുടെ അടുത്തോ പോകാനെന്നെക്കിട്ടില്ല. തനിയെ

പൊയ്ക്കൊണ്ടാൽ മതി. വലിയ സമ്പാദ്യക്കാരല്ലേ നിങ്ങളൊക്കെ! ഞാൻ മാത്രമല്ലേ വിഡ്ഢി!"

"ഏട്ടൻ മൂഡിലായി വരുന്നു. രക്ഷപ്പെട്ടോ" എന്നുപറഞ്ഞ് അനുജത്തിമാർ ഓടിപ്പോയപ്പോൾ കണ്ണട ധരിച്ചുകൊണ്ട് ഞാൻ മുറ്റത്തേക്കിറങ്ങി. വലുതായ കൃഷ്ണമണിക്കുത്തുകൾ അപ്പോഴും അസ്വസ്ഥരായിരുന്നു. വസ്തുക്കൾക്കു മുകളിൽ കാണുന്ന അവയുടെതന്നെ രൂപരേഖയുമായി ഞാൻ പൊരുത്തപ്പെടുവാൻ ശ്രമിക്കുമ്പോൾ സൈക്കിൾബെല്ലു മുഴക്കി സുധി കടമ്പയ്ക്കൽ പ്രത്യക്ഷപ്പെട്ടു.

"കൊള്ളാമല്ലോടാ സംഗതി." സുധിപറഞ്ഞു. "നല്ല ഭംഗിയുള്ള ഫ്രെയിം! എന്റെ ശംഭുവളിയൻ കരഞ്ഞുകാണുമല്ലോ, ഇതു വാങ്ങിത്തരാൻ!"

"എന്റെ സ്വന്തം പൈസയാണ്." അഭിമാനപുരസ്സരം ഞാനറിയിച്ചു. "കടലിനടിയിലെ ഏതോ ജീവിയുടെ തോടുകൊണ്ടാണ് ഫ്രെയിം. നിലത്ത് എറിഞ്ഞാൽപോലും പൊട്ടുകയില്ല. തൊട്ടുനോക്കിക്കോളൂ."

"കണ്ണടതൊട്ടിട്ടെന്തു കാര്യം!" അവൻ നെടുവീർപ്പിട്ടു. "നിന്റെ സുനന്ദേടത്തി വഴിമുടക്കുകയും എന്റെ ബാങ്ക്ലോൺ സാങ്ഷനാകാതിരിക്കുകയും ചെയ്യുന്നിടത്തോളം ഒന്നും നടക്കില്ലല്ലോ!"

നാല്

"**സു**നന്ദേടത്തിയുടെ വിവാഹത്തിനെന്താണ് തടസ്സം?" കടലലകളുടെ നനുത്ത ഇരമ്പലിനു മീതെ കടൽജീവി ചോദിച്ചു.

"സ്ത്രീധനം." ഞാൻ പറഞ്ഞു. "ഈ അൻപതുസെന്റിനും വീടിനും അവകാശികൾ അമ്മയുൾപ്പെടെ ആറുപേർ. ശംഭുവിന്റെ ജോലി മാത്രം സ്ഥിരം വരുമാനമാർഗ്ഗം. ഞങ്ങളെന്തു ചെയ്യും?"

"കടലിനടിയിൽ ഇങ്ങനത്തെ പ്രശ്നങ്ങളൊന്നുമില്ല," കടൽജീവി പറഞ്ഞു. "ആര് എവിടെ ഇരിക്കുന്നുവോ അത് അവരുടെ സ്ഥലം. ഇണ ചേരാൻ തോന്നുമ്പോൾ കാണുന്ന പെണ്ണ് ഇണ. വിശക്കുമ്പോൾ മുന്നിൽ കാണുന്ന ജീവി ആഹാരം."

സ്ത്രീധനവും നഴ്സറിയും വൃദ്ധസദനവുമില്ലാത്ത ആ ലോകം എനിക്കും ആകർഷകമായിതോന്നി.

"നമുക്കിവിടം അങ്ങനെ മാറ്റുവാൻ കഴിഞ്ഞാൽ എന്ത് എന്ന്!"

"ശ്രമിക്കാവുന്നതാണ്," കടൽജീവി ഗൗരവത്തിൽ പറഞ്ഞു.

"നീ ഏതുതരം ജീവിയാണ്?" ഞാൻ തിരക്കി. "എന്താണു നിന്റെ പേര്?"

"എന്റെ പേര് എനിക്കെങ്ങനെ അറിയാൻ കഴിയും? ഞങ്ങൾക്കു പേരിടുന്നത് നിങ്ങളാണല്ലോ. ഞങ്ങൾക്ക് ജനനമരണ റജിസ്റ്ററോ ഹാജർ പുസ്തകമോ ഇല്ല."

"നീ എങ്ങനെയാണ് ഇര പിടിക്കുന്നത്?"

കടൽജീവിയുടെ സ്വരത്തിൽ ഉത്സാഹം നിറഞ്ഞു. "അതുഞാൻ പറയാം. പുറന്തോടിനുള്ളിൽ പതുങ്ങി അങ്ങനെ കടലിന്റെ ഭാഗംപോലെ ചലനമറ്റിരിക്കുമ്പോൾ പറ്റംപറ്റമായി സമുദ്രസന്തതികൾ കളിച്ചു രസിച്ചു വരും. നല്ല കൊഴുത്ത ഒരെണ്ണം മുന്നിലെത്തുമ്പോൾ ഞാനെന്റെ കണ്ണുകൾ അതിന്റെ കണ്ണുകളിൽ കൊരുത്തിടും. പിന്നെ അതിന് അനങ്ങാനൊക്കുകയില്ല. എന്റെ കണ്ണുകൾ അതിന്റെ കണ്ണുകളോടു പറയും, നീ അറിഞ്ഞതൊന്നുമല്ല സുഖം. ചേതനയെയാകെ മയക്കിയുയർത്തുന്ന സുഖം ഞാൻ പകർന്നു തരാം. വരൂ. സ്വപ്നത്തിലെന്നോണം അത് ഒഴുകിവന്ന് എന്റെ തുറന്ന വായ്ക്കുള്ളിൽ കയറും. അത്രയേ ഉള്ളൂ."

"ഇര പിടിക്കുന്നപോലെയാണോ നീ ഇണപിടിക്കുന്നതും?"

കടൽജീവിയുടെ ചിരി അലയിളക്കം വർദ്ധിപ്പിച്ചു. "എളുപ്പമാണ്. ഒരു നിമിഷം പതറാതെ കണ്ണിൽക്കണ്ണിൽ നോക്കുകയേ വേണ്ടൂ. ഇപ്പോൾ ഞാൻ നിന്റെ കണ്ണുകളെ വലയം ചെയ്തിരിക്കുന്നു. ചുവരിലെ ഗൗളിയോട് ആ നിശാശലഭത്തെ പിടിക്കാൻ പറയൂ. അതിന്റെ കണ്ണുകളിലേക്കു നോക്കി വാക്കുകളില്ലാതെ പറഞ്ഞാൽ നന്ന്. കടലിന്നടിയിൽ നിശ്ശബ്ദതയാണ്."

"ആ ഗൗളി ഭക്ഷണം കഴിച്ചതാണ്." ഞാൻ പറഞ്ഞു. "അതിന്റെ നിറഞ്ഞ വയർ നോക്കൂ."

"പറയൂ." കടൽജീവി അക്ഷോഭ്യനായി പറഞ്ഞു.

വോൾട്ടേജ് കാരണം മുനിഞ്ഞു കത്തുന്ന ബൾബിനരികിൽ സമാധിയിലിരിക്കുകയായിരുന്നു വെളുത്ത നിശാശലഭം. അതിന് ശംഭുവിന്റെ ഛായ തോന്നിയപ്പോൾ എന്റെ മനസ്സു ജ്വലിച്ചു. പ്രതികാരമോഹത്തോടെ ഞാൻ ഗൗളിയുടെ കടുകുമണികൾപോലുള്ള കണ്ണുകളിലേക്കു നോക്കി വാക്കുകളില്ലാതെ സംസാരിച്ചു.

പെട്ടെന്ന് എന്റെ കണ്ണുകളിൽ തീ കത്തുന്നവിധം അസഹ്യമായ ചൂടനുഭവപ്പെട്ടു. കണ്ണു ചിമ്മിത്തുറന്നപ്പോൾ ശലഭം ഗൗളിയുടെ വായിൽകുരുങ്ങി ഭ്രാന്തമായി പിടയ്ക്കുകയായിരുന്നു. പിടച്ചിലവസാനിച്ചപ്പോൾ രുചി നോക്കാതെ ശലഭത്തെ പൂർണ്ണമായും ഉപേക്ഷിച്ചിട്ട് ഗൗളി തന്റെ സ്ഥാനത്തേക്ക് മടങ്ങി.

അഞ്ച്

മുറിയിലേക്കു ക്ഷുഭിതനായി ശംഭു കടന്നുവന്നത് എന്നെ തെല്ലും അതിശയിപ്പിച്ചില്ല. അമ്പലത്തിലെ വിവാഹവേദിക്കു പിന്നിൽ സുധിയുമായി ഞാൻ വർത്തമാനം പറഞ്ഞിരുന്നത് അവന്റെയൊരു സുഹൃത്ത് കണ്ടതായിരുന്നുവല്ലോ.

“ചീത്തപ്പേരുണ്ടാക്കുവാൻ നീ തീരുമാനിച്ചുകഴിഞ്ഞോ? എടീ, ആ തെമ്മാടിക്ക് തൊഴിലോ വരുമാനമാർഗ്ഗമോ ഇല്ലെന്നറിയാമോ? ഒരു സഹോദരി ആ വീട്ടിൽ പുര നിറഞ്ഞ് നിൽക്കുന്നതറിയാമോ നിനക്ക്? എന്റെ ജീവിതംപോലും മാറ്റിവച്ച് ഞാൻ നിങ്ങൾക്കുവേണ്ടി പാടുപെടുമ്പോൾ സഹായിച്ചില്ലെങ്കിലും പ്രയാസപ്പെടുത്താതിരിക്കരുതോ?”

“തൊഴിലും വരുമാനമാർഗ്ഗവുമുള്ള, പുര നിറഞ്ഞു നില്ക്കുന്ന സഹോദരിയില്ലാത്ത, ഒരുവനെ ഞാൻ പ്രേമിച്ചോട്ടെ ശംഭൂ?”

ശംഭു കോപംകൊണ്ട് വിറച്ചു. “എനിക്കിതുവേണം. എല്ലാറ്റിനേയും അവരവരുടെ വിധിക്കു വിട്ട് സ്വന്തം കാര്യം നോക്കി ജീവിക്കാത്ത എന്നോട് ഇങ്ങനെതന്നെ നിങ്ങൾ തർക്കുത്തരം പറയണം. പതിനെട്ടാം വയസ്സിൽ അച്ഛൻ മരിച്ച അന്നുമുതൽ ചുമക്കുന്നതാണീ ഭാരം. എനിക്കു മതിയായി. നന്ദിയോ സ്നേഹമോ ഇല്ലാത്ത നിന്നെയൊക്കെ നോക്കുന്നതിൽ ഭേദം കടലിൽചാടി ചാവുന്നതാണ്.”

കടൽജീവി മെല്ലെ ചിരിച്ചു. ഉള്ളിൽ ശക്തമായി വരുന്ന വികാരത്തള്ളൽ മറയ്ക്കാനായി കണ്ണട ധരിച്ചുകൊണ്ട് ഞാൻ ശംഭുവിന്റെ നേർക്കു തിരിഞ്ഞു.

“നിന്റെ ത്യാഗം ലോകരെല്ലാം അംഗീകരിച്ചുകഴിഞ്ഞതാണല്ലോ. സുധി സ്വന്തം കാലിൽ നിൽക്കാറായാൽ പിന്നെയൊരുനിമിഷം നിന്റെ ഭൂതദയയ്ക്കുവേണ്ടി ഞാനിവിടെ നിൽക്കില്ല. പക്ഷേ, അതുവരെ എന്നെ മൂക്കുകയറിട്ട് പിടിക്കാമെന്ന് ധരിക്കരുത്. എന്റെ ജീവിതം എങ്ങനെ വേണമെന്നെനിക്കറിയാം.”

ഒരുനിമിഷം ഞങ്ങൾ പരസ്പരം നോക്കിനിന്നു. പെട്ടെന്ന് എന്റെ കണ്ണുകളിൽ തീ പടരുന്ന വേദന അനുഭവപ്പെട്ടു. കണ്ണടച്ചുതുറന്നപ്പോൾ ശംഭുവിന്റെ മുഖത്ത് അസാധാരണമായൊരു ഭീതി ഞാൻ കണ്ടു.

അവൻ വേഗം മുറിവിട്ടുപോയപ്പോൾ കടൽജീവി പറഞ്ഞു. “നന്നായി, വളരെ നന്നായി.”

ആറ്

പൂമുഖത്ത് ആൾക്കാരെത്തിയിട്ടും സുനന്ദേടത്തി ഒരുങ്ങാൻ കൂട്ടാക്കിയില്ല. “വേണ്ട കുട്ടീ” അവർ പറഞ്ഞു. “എത്ര ഒരുങ്ങിയാലും പവൻ കിലുക്കമില്ലെങ്കിൽ ആരും അടുക്കുകയില്ല.”

“ഇത്തവണ ശരിയാകും സുനന്ദേടത്തീ.” അലമാരതുറന്ന് അലക്കിത്തേച്ച സാരി പുറത്തെടുത്തുവെച്ച് ഞാൻ പറഞ്ഞു. “ആ കീറിയ മാക്സി മാറ്റി ഈ സാരിയുടുക്കുക. മുഖം കഴുകി പൗഡറിട്ട് ഒരു ചാന്തുപൊട്ടുമാകട്ടെ. അത്രയും മതി.”

കണ്ണട ധരിച്ചുകൊണ്ട് ഞാൻ പൂമുഖത്തേക്കു നടക്കുമ്പോൾ അമ്മ തടഞ്ഞു. "വേണ്ട മദാമ്മ ചമഞ്ഞ് അങ്ങോട്ടു പോയി അവരുടെ കണ്ണിൽ പെടണ്ട. അനിയത്തി മതിയെന്ന് അവരു പറഞ്ഞാൽ എന്റെ കുട്ടി താങ്ങു കില്ല."

അമ്മയുടെ കൈ തട്ടിമാറ്റി ഞാൻ മുന്നോട്ടുപോകുമ്പോൾ കടൽജീവി പറഞ്ഞു. "നടന്നോളൂ. ഞാനുണ്ട് കൂടെ, ഞാൻ സഹായിക്കാം. ഒരു നിമിഷം മതി. കണ്ണുകൾ കൊരുത്തുകിട്ടിയാൽ മതി."

സുനന്ദേടത്തിയുടെ വിവാഹമുറപ്പിച്ച അന്ന് ശംഭു ആദ്യമായി ചിരിച്ചു സംസാരിക്കുന്നത് ഞങ്ങൾ കണ്ടു.

ഏഴ്

ബാങ്ക് മാനേജരുടെ കണ്ണാടിമുറിയിൽ അയാൾക്കഭിമുഖമായി ഇരുന്നു ഞാൻ. തലയിലെ മുടിക്ഷാമം മറയ്ക്കാൻ അയാൾ ഇടതുവശത്തെ ഏതാനും മുടിയിഴകൾ നീട്ടിവളർത്തി നെറുകയ്ക്കു മുകളിലൂടെ മറു വശത്തേക്കെടുത്ത് ഉറപ്പിച്ചിരുന്നു. അതിനേക്കാൾ ഭംഗി തലയെ വെറുതെ വിടുന്നതായിരിക്കും എന്നു തോന്നിയെങ്കിലും ഞാനത് പറഞ്ഞില്ല. ഏതു രീതിയിൽ അയാൾക്കെന്നെ സഹായിക്കാനാവുമെന്നു തിരക്കി.

"ടി. സുധാകരൻ, പാലിക്കൽ വീട്, ശാന്തിവിള. വായ്പ അപേക്ഷ യുടെ ക്രമ നമ്പർ 8362. എന്തായി എന്നറിയാൻ ഞാൻ വന്നിരിക്കുന്നു."

"നിങ്ങൾ?" അയാൾ ജിജ്ഞാസ പ്രകടിപ്പിച്ചു.

"പ്രതിശ്രുത വധു.""

"കാലം പോകുന്ന പോക്ക്!" മുറിയിൽ വന്ന ബാങ്കു ജീവനക്കാര നോടയാൾ പറഞ്ഞു. "പ്രതിശ്രുതവധുക്കളും ഇറങ്ങിത്തുടങ്ങി. ലോണിന്റെ ഫയലുകൾ കൊടുത്തയ്ക്കുക."

ഫയൽ നോക്കി അയാൾ അറിയിച്ചു. "സോറി മിസ്സ്. 4764-ാം അപേക്ഷ വരേയേ പരിഗണിച്ചിട്ടുള്ളൂ. ബാക്കി അടുത്ത ബഡ്ജറ്റിനുശേഷമേ സാങ്ഷനാവുകയുള്ളൂ. ഹെഡ് ഓഫീസിൽ നിന്നുള്ള ഈ കത്തു വായി ക്കുക. ഞാൻ നിസ്സഹായനാണെന്നു നിങ്ങൾക്കു മനസ്സിലാവും."

കത്തു വായിക്കാനായി ഞാൻ കണ്ണട ധരിച്ചു. ചതഞ്ഞരഞ്ഞ പതിവു വാചകങ്ങൾ ഒന്നോടിച്ചുനോക്കി. ഞാൻ മുഖമുയർത്തി ബാങ്കുമാനേജ രുടെ കണ്ണുകളിലേക്കുറ്റുനോക്കി.

"സർ, ഈ ലോൺ കിട്ടിയാലേ ഞങ്ങളുടെ വിവാഹം നടക്കുകയുള്ളൂ. പതിവുകൾ മറി കടന്ന് അങ്ങ് സഹായിക്കണം. സഹായിച്ചേ മതിയാകൂ."

പരസ്പരം തറഞ്ഞ കണ്ണുകൾക്കിടയിൽ കടലലകളുടെ മർമ്മര മുയർന്നു. തീച്ചൂടിന്റെ വേദനയിൽ എന്റെ കണ്ണുകൾ കലങ്ങിച്ചുവന്നു വെള്ളം ചീറ്റി.

എട്ട്

സുധി പ്രകടമായും അസ്വസ്ഥനായിരുന്നു.

"എന്തൊക്കെയാണ് ആളുകൾ പറയുന്നത്? ഒറ്റനോട്ടത്തിൽ നീ ആരേയും വശീകരിച്ച് ആജ്ഞാനുവർത്തിയാക്കുമോ? എന്തൊരു വൃത്തികെട്ട കഥകളാണ് നിന്നെക്കുറിച്ച് പടരുന്നത്! ഒന്ന് ഞാൻ പറയാം. ഞാൻ വിവാഹം കഴിക്കാൻ പോകുന്ന പെണ്ണിനെക്കുറിച്ച് ഇത്തരം സംസാരമുണ്ടാകുന്നതെനിക്കിഷ്ടമല്ല."

കടൽജീവിയായിരുന്നു ഈ അസ്വസ്ഥതയ്ക്കു കാരണം. നീലമ്മയുടെ പ്രശ്നത്തിലിടപെടാതിരുന്നുവെങ്കിൽ ആരും ഈ രഹസ്യം അറിയില്ലായിരുന്നു. നീലമ്മയുടെ വീട്ടിലെ പതിവുബഹളം പതിവുപോലെ അവഗണിച്ചതായിരുന്നു ഞാൻ. ആ വശത്തേക്കുള്ള ജനാല കൊട്ടിയടച്ച് പുസ്തകം വായിച്ചു ഞാനിരിക്കവേ കടലിരമ്പം കേൾക്കാൻ തുടങ്ങുകയും എന്റെ കണ്ണിനു മുന്നിൽ അക്ഷരങ്ങൾ പതറുകയും ചെയ്തു.

"എഴുന്നേൽക്ക്," കടൽജീവി പറഞ്ഞു. "ആ സ്ത്രീക്ക് നിന്റെ സഹായം ആവശ്യമുണ്ട്."

"ഞാനെന്തിനവരെ സഹായിക്കണം? അവരെന്റെ ആരുമല്ലല്ലോ. അവർക്കെന്തുസംഭവിച്ചാൽ എനിക്കെന്താണ്?"

"നിന്റെ നിലപാടെനിക്കു മനസ്സിലാകുന്നില്ല. പൊതുശത്രുവിനെതിരെ ഒറ്റക്കെട്ടാവുന്നതു കടൽനിയമം. എഴുന്നേൽക്ക്."

ആ അധികാരസ്വരം ഒട്ടും ഇഷ്ടമായില്ലെങ്കിലും ഞാനെഴുന്നേറ്റു. കൈയിൽ കൊടുവാളുമായി മൂർത്തി നീലമ്മയെ കൊല്ലാനോടിക്കുകയായിരുന്നു. ആൾക്കൂട്ടം ഭയപ്പാടോടെ പകച്ചു നിൽക്കുമ്പോൾ മൂർത്തിയുടെ ഭാര്യയും നീലമ്മയുടെ മകളുമായവൾ അലറിവിളിച്ചു പറഞ്ഞു: "ഒപ്പിടാമെന്നു പറ തള്ളേ. കുഴിയിൽ കാൽനീട്ടിയിരിക്കുന്ന നിനക്ക് ഇനിയെന്തിന് വീട്?"

മുടിചിതറി കണ്ണുകളിൽ പ്രാകൃതമായ ഭയവുമായി ഓടിവരുന്ന നീലമ്മയ്ക്കെതിരെ ഞാൻ ചെന്നുനിന്നു. എന്റെ മുന്നിൽ ചലനമറ്റ് അവർ നിൽക്കുകയും ഓടിവന്ന മൂർത്തി അവരുടെ ദേഹത്തിടിച്ച് നിന്നുപോവുകയും ചെയ്തു. തീജ്വാലകളുടെ വേദന എന്റെ കണ്ണുകളിൽ നിറയവേ മൂർത്തിയുടെ കൈയിൽനിന്ന് കൊടുവാൾ നിലത്തുവീണു. അടിക്കവന്റെ കരണത്ത്, തീജ്വാലകൾ പറഞ്ഞു. ഭ്രാന്താവേശത്തോടെ വൃദ്ധ അവനെ തലങ്ങും വിലങ്ങും തല്ലുവാൻ തുടങ്ങി. മൂർത്തി ഭയംകൊണ്ടു കോടിയ മുഖത്തോടെ എന്റെ നേരെ കൂപ്പുകൈകളുയർത്തിനിന്ന് തേങ്ങിക്കൊണ്ട് പ്രഹരമേറ്റുവാങ്ങി.

"എന്താ ഒന്നും മിണ്ടാത്തത്?" സുധി ചോദിച്ചു.

"എന്തു പറയുവാനാണ്? ഞാൻ ... ഞാനൊന്നും ചെയ്തില്ല."

"ഒന്നും ചെയ്തില്ല? എന്നിട്ടാണോ ആ കിഴവി നീ താൻ കടവുൾ, നീ താൻ ദുർഗ എന്നൊക്കെ പറഞ്ഞ് നിന്റെ കാൽക്കൽ വീണത്? മൂർത്തി മദ്യപാനം നിർത്തി മര്യാദക്കാരനായത്?"

"അത് തെറ്റല്ലല്ലോ. നല്ല കാര്യമല്ലേ?"

"ആയിക്കോട്ടെ, പക്ഷേ, എനിക്ക് കടവുളിനേയും ദുർഗയേയും മറ്റും വിവാഹം കഴിക്കുവാൻ താല്പര്യമില്ല. എന്റെ കാര്യം നോക്കി അടങ്ങി യൊതുങ്ങി ജീവിക്കുന്നവളാവണം എന്റെ ഭാര്യ."

"ഞാൻ അങ്ങനെതന്നെയാണ്." എന്റെ കണ്ണുകൾ നിറയാൻ തുടങ്ങി.

"ഞാൻ പോകുന്നു. കടയിൽ എല്ലായിടത്തും എന്റെ കണ്ണുചെന്നി ല്ലെങ്കിൽ ശരിയാവില്ല."

ബ്രീഫ്കേസുമായി അവൻ നടന്നകലുമ്പോൾ കടൽജീവി ഉറക്കെ ചിരിക്കാൻ തുടങ്ങി. "ഇവനുവേണ്ടിയാണോ പെണ്ണേ നീ ഇത്രയധികം കഷ്ടതകൾ സഹിച്ചത്? ഈ ഇടുങ്ങിയ മനസ്സുള്ളവനുവേണ്ടിയോ?"

"നിർത്തൂ." ഞാൻ പറഞ്ഞു. "എനിക്കു നിന്റെ ശബ്ദം കേൾക്കണ്ട."

ഒമ്പത്

ബഹുമാന്യ സഹോദരിക്ക്.

താങ്കളുടെ അദ്ഭുതാവഹമായ ശക്തിവിശേഷത്തെക്കുറിച്ചുള്ള പത്ര ക്കുറിപ്പ് വായിച്ചു. അഭിനന്ദനങ്ങൾ. താങ്കളുടെ സഹോദരൻ ശംഭുനാ ഥിനെ ഞാൻ നേരിട്ടു കണ്ട വിവരം അദ്ദേഹം പറഞ്ഞു കാണുമല്ലോ. എന്റെ പ്രൊപ്പോസൽ താങ്കൾ അംഗീകരിക്കുന്നുണ്ടോ? എന്റെ ക്ലിനി ക്കിൽ ദിവസവും ചുരുങ്ങിയത് ഇരുപതു മനോരോഗികളെങ്കിലും വരാ റുണ്ട്. എന്റെ നിർദ്ദേശങ്ങൾ അവരിലേക്കു പകരുന്നതിന് രോഗിയൊ ന്നുക്ക് നൂറുരൂപ വെച്ചുതരാൻ ഞാൻ തയ്യാറാണ്. 200 രൂപവെച്ചു വേണ മെന്ന് ശ്രീ ശംഭുനാഥ് ശഠിക്കുന്നുണ്ടെങ്കിലും മാന്യമായ ഒരൊത്തു തീർപ്പിന് അദ്ദേഹം തയ്യാറാകുമെന്നാണ് എന്റെ പ്രതീക്ഷ.

അനുകൂലമായ മറുപടി പ്രതീക്ഷിച്ചുകൊണ്ട്.

വിധേയൻ
ഡോ. ഈപ്പൻ മാത്യു

തിളയ്ക്കുന്ന രക്തത്തോടെ കത്തുമായി ഞാൻ ശംഭുവിന്റെ മുറിയി ലേക്കുചെന്നു. പുതുതായി വാങ്ങിയ കൊച്ചുറേഡിയോ പ്രവർത്തിപ്പിച്ചു കൊണ്ട് അവൻ കിടക്കയിൽ മലർന്നു കിടക്കുകയായിരുന്നു. കത്ത് അവന്റെ മാറിലേക്ക് ഞാനെറിഞ്ഞു.

“ഇതിലെന്താണ് തെറ്റ്?” കത്തിലൂടെ അലക്ഷ്യമായി കണ്ണോടിച്ച് ശംഭു ചോദിച്ചു. “ഡോക്ടർ അയാളുടെ ആവശ്യം പറഞ്ഞുവെന്നേയുള്ളൂ. നിനക്കു സ്വീകാര്യമല്ലെങ്കിൽ വേണ്ട.”

“നീ പ്രതിഫലത്തുക വരെ ചർച്ചചെയ്തുവെന്നാണല്ലോ കാണുന്നത്?”

“അതെ, പക്ഷേ ഞാൻ നിന്നോടു ചോദിക്കാതെ വാക്കുകൊടുക്കുമായിരുന്നില്ല.”

“എന്നോടു ചോദിച്ചിട്ടാണോ പത്രക്കാർക്കു ഫോട്ടോയും കഥയും നൽകിയത്?”

“പത്രക്കാർ അറിഞ്ഞെത്തിയതാണ്. നിന്റെ ജനാലയ്ക്കു വെളിയിൽ ഒരു രാത്രി മുഴുവൻ കള്ളൻ മരവിച്ചു നിന്നത് ഞാനുണ്ടാക്കിയ വാർത്തയല്ലല്ലോ.” പിന്നെ, സ്വരത്തിൽ സന്തോഷവുമായി ശംഭു പറഞ്ഞു. “പിന്നെ ദൂരദർശനിൽ നിന്ന് അടുത്തയാഴ്ച വന്നേക്കും.”

ഞാൻ മരവിച്ചു നിന്നു. വർത്തമാനം പറയുന്നുവെങ്കിലും ശംഭു എന്റെ കണ്ണുകളിൽ നോക്കാതിരിക്കാൻ ശ്രദ്ധവയ്ക്കുന്നത് എന്നെ വേദനിപ്പിച്ചു. ശംഭു മാത്രമല്ല അമ്മയും അനിയത്തിയുമൊക്കെ ഏറെ ദിവസങ്ങളായി എന്റെ മുഖത്തു നോക്കുവാൻ മടിക്കുന്നു. അമ്മ വീട്ടിൽ മത്സ്യമാംസങ്ങൾ പാചകം ചെയ്യുന്നതു നിർത്തിയിരിക്കുന്നു. അനിയത്തിമാരിൽ നിന്ന് കളിയും ചിരിയും മെല്ലെ വാർന്നുപോകുന്നു. കണ്ണുകളിൽ തിളക്കം ശംഭുവിനു മാത്രമാണ്.

“ഈ കത്തു നീ ഗൗരവമായെടുക്കേണ്ട.” അവൻ പറഞ്ഞു. “ഇതിലും നല്ല ഓഫർ വന്നിട്ടുണ്ട്. തെരഞ്ഞെടുപ്പ് അടുത്തുവരികയല്ലേ. അവർ കൊണ്ടുപോകുന്ന ബൂത്തുകളിൽ നീ വെറുതെ നിന്നാൽ മതി.”

“ശംഭു!” ഞാൻ വേദനയോടെ വിളിച്ചു.

“പിന്നെ ഞാനെന്തുചെയ്യണമെന്നാണ്?” ക്ഷുഭിതനായെങ്കിലും ശംഭു എന്റെ മുഖത്തു നോക്കാതിരിക്കാൻ ശ്രദ്ധിച്ചു. “നീയുൾപ്പെടെ മൂന്നു പെണ്ണുങ്ങളുടെ ജീവിതം നോക്കാനുണ്ടെനിക്ക്. അറിയുമോ? ഇതെല്ലാം കഴിഞ്ഞ് എപ്പോഴാണ് ഞാനൊന്നു ജീവിക്കുക? അറിയുമല്ലോ, സുനന്ദ ഗർഭിണിയായിരിക്കുന്നു. വ്യാക്കൂണ്, പ്രസവച്ചെലവ്, കുഞ്ഞിനു പൊന്നാഭരണങ്ങൾ... ഞാനെവിടെപ്പോകണമെന്നാണ്?”

“വേണ്ട,” ഞാൻ കൈയെടുത്തുവിലക്കി. “ഇനി നീ എന്റെ ഭാരം ചുമക്കേണ്ടിവരുകയില്ല. ഞാൻ സുധിയോടൊപ്പം ഇറങ്ങിപ്പോവുകയാണ്. എന്നെ കറവപ്പശുവാക്കാമെന്ന് വ്യാമോഹിക്കേണ്ട.”

കടൽജീവി ഉറക്കെ ചിരിച്ചു: “സുധി നിന്നെ സ്വീകരിക്കുമെന്ന് ഉറപ്പുണ്ടോ?”

“ഉണ്ട്.” ഞാൻ കടൽജീവിയോടു പറഞ്ഞു. “നീയാണ് ഇതിനൊക്കെ കാരണം. നിന്നെ എന്തുചെയ്യണമെന്നെനിക്കറിയാം.”

എന്റെ വാക്കുകൾ തന്നോടാണെന്നു കരുതി ശംഭു നടുങ്ങുന്നത് ഞാൻ കണ്ടു.

പത്ത്

രണ്ടുതവണ ഫോൺ ചെയ്തിട്ടും സുധി വരാൻ കൂട്ടാക്കിയില്ല. കടയിലെ തിരക്ക് തന്നെ ഒന്നിനുമനുവദിക്കുന്നില്ലെന്നവൻ പരാതി പറഞ്ഞു. ഞാനങ്ങോട്ടുചെന്ന് കാണാമെന്നു തീരുമാനിച്ചപ്പോൾ അവന് ഒഴിവു കിട്ടി.

അമ്പലത്തിലേക്ക് മനഃപൂർവ്വം കണ്ണട ധരിച്ചുകൊണ്ടാണ് ഞാൻ പോയത്. കടൽ ജീവിയോട് ഞാൻ പറഞ്ഞു: “ഇന്ന് അവന്റെ മുന്നിൽ വെച്ച് നിന്നെ ഞാനെറിഞ്ഞുടക്കും.”

“ഞാനുടയില്ലല്ലോ.” കടൽജീവി പറഞ്ഞു, “കണ്ണടക്കാരൻ പറഞ്ഞു തന്നത് ഓർമ്മയില്ലേ. നിലത്തെറിഞ്ഞാലും പൊട്ടില്ല. കടൽ മർദ്ദമേറ്റേറ്റ് കരുത്താർജ്ജിച്ച തോടാണിത്.”

“നിന്നെ ചുഴറ്റി ഞാൻ അമ്പലക്കുളത്തിലേക്കെറിയും. വെള്ളത്തിലേക്കുതന്നെ തിരിച്ചുപൊയ്ക്കൊള്ളുക.”

“ആ വിലകുറഞ്ഞ പുരുഷനുവേണ്ടി നീയെന്നെ ത്യജിക്കുകയാണോ?” കടലിരമ്പൽ പെട്ടെന്നു ദയനീയമായി. “ഓർത്തുനോക്കൂ നാമൊരുമിച്ചാൽ എന്തൊക്കെ ചെയ്യാനാകുമെന്ന്!”

“എനിക്കൊന്നും ചെയ്യേണ്ട.” ഞാനറിയിച്ചു. “എനിക്കെന്റെ സുധിയെ കെട്ടിപ്പിടിച്ചു കിടന്നുറങ്ങിയാൽ മതി. അവന്റെ ദുഃഖവും സന്തോഷവും ഏറ്റുവാങ്ങിയാൽ മതി.”

“അതിന് മറ്റു സ്ത്രീകൾ ഈ ഭൂമുഖത്തു ധാരാളമുണ്ടല്ലോ. ഈ ദുർബ്ബലവികാരം നീ ത്യജിക്കണം. അവനു പകരം ലോകത്തെ ആലിംഗനം ചെയ്യാൻ കൊതിക്ക്. നമുക്കൊരുമിച്ച് ഈ ലോകം തേച്ചുകഴുകി വെടിപ്പാക്കാം.”

“വേണ്ട, എനിക്കെന്റെ സ്വകാര്യദുർബ്ബലതകൾ മാത്രം മതി.”

“ഈ വികാരത്തിനു വഴങ്ങുന്നതുകൊണ്ടാണ് നിങ്ങളുടെയിടയിൽ നിന്ന് ഒരു യേശുക്രിസ്തുവോ മഹാത്മാഗാന്ധിയോ ഷേക്സ്പിയറോ ഉണ്ടാകാത്തതെന്ന് നീ ഈയിടെയല്ലേ വായിച്ചത്?”

“എനിക്കു ഇവരാരുമാകുന്നതിനേക്കാൾ വലുത് മിസ്സിസ് സുധാകരനാകുന്നതാണ്.”

കടൽജീവി പിന്നീടൊന്നും സംസാരിച്ചില്ല.

ഏറെനേരം കാത്തിരുന്നപ്പോൾ താൻ പുതുതായി വാങ്ങിയ ബൈക്കിൽ സുധി എത്തിച്ചേർന്നു. അവൻ അസ്വസ്ഥനും പരിഭ്രാന്തനുമൊക്കെയായി കാണപ്പെട്ടു. തൂവാലകൊണ്ട് മുഖത്തേയും കഴുത്തിലേയും വിയർപ്പുതുടച്ച് പടവിലിരിക്കുമ്പോൾ എന്റെ മുഖത്തു നോക്കാതിരിക്കാൻ അവൻ കരുതലെടുക്കുന്നതു ഞാൻ മനസ്സിലാക്കി.

"എന്തിനാണെന്നെ വിളിപ്പിച്ചത്?" അവൻ തിടുക്കംകാട്ടി. "കടയിൽ ഏറെ തിരക്കുള്ള സമയം. ഒരു മിനിറ്റുമാറി നിന്നാൽ അത്രയും നഷ്ടമാണ്."

"എനിക്കുവേണ്ടി ഏതു നഷ്ടവും സന്തോഷത്തോടെ സഹിക്കുമെന്നാണ് ഞാൻ വിചാരിച്ചത്.

വെറുതെ സംസാരിച്ചുകളയുവാനെനിക്ക് സമയമില്ല. പറയൂ. എന്തിനാണ് വിളിപ്പിച്ചത്? എന്തിനാണ് കാണണമെന്നു പറഞ്ഞത്?"

അവൻ നിലത്തും മാനത്തുമൊക്കെ മാറിമാറി നോക്കുന്നതല്ലാതെ എന്റെ നേരെ നോക്കുന്നില്ലെന്ന വസ്തുത എനിക്ക് അരിശവും സങ്കടവുമുണർത്തി.

"എനിക്കറിയാം" ഞാൻ പറഞ്ഞു. "നിനക്കെന്നെ ഭയമാണ്. എന്റെ മുഖത്തുനോക്കുവാൻ മറ്റുള്ളവരെപ്പോലെ നിനക്കും പേടിയാണ്. എന്നാലറിയൂ. എന്റെ കണ്ണുകൾക്ക് നിങ്ങൾ കരുതുന്നതുപോലെ ഒരു പ്രത്യേക ശക്തിയുമില്ല. എല്ലാറ്റിനും കാരണം കടൽജീവിത്തോടിന്റെ ഈ കണ്ണടയാണ്. കടൽജീവിയാണ് എന്നെ ദിവ്യയും ഒറ്റപ്പെടുത്തുന്നവളുമാക്കുന്നത്. ഈ കണ്ണട ഞാനിവിടെ ഉപേക്ഷിക്കുന്നു."

വലതുകൈയുയർത്തി ഞാൻ കണ്ണടയൂരാൻ ശ്രമിച്ചു. എന്നാൽ ചെവിക്കുപിന്നിൽ തന്റെ വളഞ്ഞ കാലുകൾ മുറുക്കി അത് അള്ളിപ്പിടിച്ചിരുന്നു. ഇടതുകൈകൂടി ഉപയോഗിച്ച് ഞാനതിനെ വലിച്ചൂരാൻ ശ്രമിക്കുമ്പോൾ കണ്ണടയുടെ പിടി എന്റെ ചെവിക്കുപിന്നിലും മൂക്കിന്മേലും മുറുകി.

"എന്താ ഈ കാണിക്കുന്നത്?" സുധി കുപിതനായി. "ഭ്രാന്തുപിടിച്ചുവോ?"

"സുധീ-കണ്ണടയൂരാനാവുന്നില്ലല്ലോ എനിക്ക്..."

അവൻ ചാടിയെഴുന്നേറ്റ് തന്റെ കരുത്തുറ്റ കൈകൊണ്ട് കണ്ണട വലിച്ചൂരാൻ ശ്രമിക്കുന്നതു ഞാനറിഞ്ഞു. ഒപ്പം കടൽ ജീവിയുടെ പിടുത്തം ശക്തിയായി മുറുകുന്നതും കണ്ണടക്കാലുകൾ ചെവിക്കു പിന്നിലെ മാംസത്തിൽ താഴുന്നതും അനുഭവപ്പെട്ടു. വേദനകൊണ്ടു ഞാൻ പുളഞ്ഞു.

"ഇനിയെന്താണ്? ഇതാ നിന്റെ കണ്ണട."

സുധിയുടെ കൈയിൽ എങ്ങനെ എന്റെ കണ്ണട വന്നു? ഞാൻ മുഖത്തു തപ്പി നോക്കിയപ്പോൾ കണ്ണടച്ചില്ലുകളും കടൽജീവിത്തോടിന്റെ

ഫ്രെയിമും തടഞ്ഞു. പിന്നെ സുധിയുടെ കൈയിൽ അതേ ഫ്രെയിമും അതേ ചില്ലുമുള്ള കണ്ണട എങ്ങനെ വന്നു?

"രക്ഷപ്പെടാൻ സാധിക്കുമെന്ന് കരുതിയോ?" കടൽജീവി മെല്ലെ ചിരിച്ചു.

"സുധീ, ഇതവന്റെ അടവാണ്." ഞാൻ പറഞ്ഞു. "നിന്റെ കൈയിലുള്ളത് കണ്ണടയല്ല. കണ്ണട ദാ എന്റെ മുഖത്തു തന്നെയുണ്ട്."

"എന്താണു നീ പുലമ്പുന്നത്?" എന്റെ കണ്ണുകൾക്ക് നേരെ നോക്കി സുധി ചോദിച്ചു. "നിന്റെ മുഖത്തിപ്പോൾ കണ്ണടയില്ല. നിന്റെ കണ്ണടയാണ് ഇത്."

ഞാൻ മുഖത്തു സ്പർശിച്ചു നോക്കി. കടൽജീവിത്തോടിന്റെ തണുത്ത സ്പർശം എന്റെ കൈയിലനുഭവപ്പെട്ടു. അത് വളഞ്ഞുപിടിക്കുന്ന ചില്ലും ഞാൻ തൊട്ടു.

"ഇല്ല, കണ്ണട എന്റെ മുഖത്തുണ്ട്. എനിക്കറിയാം നിന്റെ മുന്നിലവൻ അദൃശ്യനായതാണ്. എന്റെ മുഖത്തേക്കു നോക്കാതിരിക്കൂ സുധീ. നിന്നെ അവൻ അധീനപ്പെടുത്തും. അവനെ നിനക്കറിയില്ല. ലോകം തേച്ചുകഴുകി വെടിപ്പാക്കാൻ വിസമ്മതിച്ചതുകൊണ്ടവൻ എന്നോടു പ്രതികാരം ചെയ്യുകയാണ്."

"നിന്റെ മുഖത്തു കണ്ണടയില്ല. ഞാൻ തൊട്ടുകാണിച്ചുതരാം." സുധി എന്റെ മുഖത്തിനുനേരെ കൈനീട്ടുമ്പോൾ കടൽജീവി വായ്പൊളിച്ചു.

"വേണ്ടാ" ഞാനൊഴിഞ്ഞുമാറി. "ദയവായി പോകൂ. ഇവിടെനിന്നു പോകൂ."

"വരൂ. നിന്നെ ഞാൻ വീട്ടിൽകൊണ്ടുചെന്നാക്കാം." സുധി അലിവോടെ പറഞ്ഞു.

■

രത്നാകരന്റെ ഭാര്യ

ഒരേ പേര് രണ്ടു കഥാപാത്രങ്ങൾക്കു വന്നാൽ കഥാകൃത്തിനു പ്രയാസമാകും. ജീവിതത്തിലായാലും ഒരു പേര് അടുത്തിടപഴകുന്ന രണ്ടു പേർക്കു വന്നാൽ അല്പം പ്രയാസം തന്നെയാണ്. ഈ കഥയിൽ രണ്ടു രത്നാകരന്മാരുണ്ട്. രണ്ടു പേരും അടുത്തിടപഴകുന്നവർ. ഒരു രത്നാകരൻ മറ്റേ രത്നാകരന്റെ സാരഥിയാകുന്നു. നമ്മൾ ആദ്യം പരിചയപ്പെടുന്നത് ഡ്രൈവർ രത്നാകരന്റെ ഭാര്യയെയാണ്. അവളുടെ പേര് ഇന്ദുലേഖ. തൊട്ടടുത്തുള്ള അംഗൻവാടിയിലെ തൂപ്പുജോലിയും പിന്നെ അല്ലറചില്ലറ പണികളും ചെയ്ത് അങ്ങനെ ജീവിക്കുന്നവൾ.

നമ്മൾ കാണുമ്പോൾ ഇന്ദുലേഖ അടുപ്പിൽ നിന്നു കഞ്ഞിക്കലം ഇറക്കിവയ്ക്കുകയാണ്. പിന്നെ ഉപ്പും മുളകും മാത്രം പുരട്ടിയ മത്തിക്കഷണങ്ങൾ വാഴയിലയിൽ പൊതിഞ്ഞുകെട്ടിയത് അവൾ അടുപ്പിലേക്കു നിക്ഷേപിക്കുന്നു. കയിൽകൊണ്ട് കനൽ കോരി വാഴയിലപ്പൊതിക്കുമേൽ നിരത്തുമ്പോൾ അവളുടെ മകൾ വീണ്ടും ചോദ്യമുയർത്തുന്നു.

"പറ അമ്മേ, കാട്ടാളനെങ്ങനെയാ കവിയായത്?"

"അറിഞ്ഞുകൂടെന്നു പറഞ്ഞില്ലേ?" എന്ന് ഇന്ദുലേഖ ദേഷ്യപ്പെടുന്നു.

"എന്നുപറഞ്ഞാലെങ്ങനെയാ? എനിക്കു നാളെ ക്ലാസ്സിൽ എഴുതിക്കൊണ്ടുചെല്ലണ്ടതാ."

"അച്ഛൻ വരുമ്പോ ചോദിക്ക്" എന്നു പറഞ്ഞ് അവൾ എഴുന്നേറ്റ് അയയിൽനിന്ന് ഒരു മാക്സിയും അടിവസ്ത്രവും തോർത്തും എടുത്തു മാറ്റിവയ്ക്കുന്നു. പിന്നെ ഇലപ്പൊതി ഒന്നു കൂടി മറിച്ചിട്ട് കുറെ കനലുകൾ മാറ്റിയിട്ട് പുറത്തെ കുളിമുറിയിലേക്കു നടക്കുന്നു. മകൾ അരിശത്തോടെ നോക്കിനിൽക്കുന്നു.

ഇന്ദുലേഖയുടെ കുളിമുറിക്ക് ചുവരുകളും വാതിലുകളും മേൽക്കൂരയും ഒക്കെയുണ്ടെങ്കിലും നിലത്തെ സിമന്റ് പൊളിഞ്ഞിറങ്ങിയിടത്ത് മണൽ തെളിഞ്ഞ് പുല്ലുകൾ വളർന്ന് പൊങ്ങിയിട്ടുണ്ട്. ഒരിക്കൽ പുല്ലിൽ പതുങ്ങി ഒരു മഞ്ഞപ്പാമ്പ് ഇന്ദുലേഖയുടെ കുളിസീൻ നോക്കി നിന്നിട്ടുണ്ട്. ഫ്രോയിഡിന്റെ പാമ്പല്ല, സാക്ഷാൽ വിഷപ്പാമ്പ്. അന്നവൾ

വാതിൽ തുറന്ന് ഓടി ഇറങ്ങി നിലവിളിക്കുകയും തിണ്ണയിൽ ഇരുന്ന രത്നാകരൻ ഓടിവന്ന് പാമ്പിനെ തല്ലിക്കൊല്ലുകയും ചെയ്തിട്ടുണ്ട്.

പാമ്പുണ്ടോ എന്ന് നോക്കിയിട്ട് ഇന്ദുലേഖ വേഗം കുളിക്കാനാരംഭിക്കുന്നു. തെല്ലിടറുന്ന കാലുകളുമായി രത്നാകരൻ വന്ന് കയറുന്നതിനു മുമ്പ് അവൾക്കു കുളിച്ചു കയറണം. "നിങ്ങൾക്കീ തറയിൽ നേരെചൊവ്വേ സിമന്റ് തേച്ചു കൂടായിരുന്നോ?" എന്ന് ഇന്ദുലേഖ ദേഷ്യപ്പെടുമ്പോഴൊക്കെ "ഇത്രയും ചെയ്യാൻപ്പെട്ട പാട് എനിക്കറിയാം" എന്ന് രത്നാകരൻ പിറുപിറുക്കുകയും ചെയ്തിട്ടുണ്ട്.

കുളികഴിഞ്ഞിറങ്ങുന്ന അമ്മയെ കാത്ത് മകൾ വെളിയിൽ നിന്നിരുന്നു. "അമ്മേ ഞാൻ ലിജിയുടെ വീട് വരെ ഓടിപ്പോയി വരട്ടേ?" മകൾ ചോദിച്ചു. "ലിജിയുടെ പപ്പ മാഷല്ലേ? കാട്ടാളൻ കവിയായത് അറിയാമായിരിക്കും."

കാട്ടാളന്മാരുള്ള ലോകത്ത്, ഇരുണ്ടു തുടങ്ങുന്ന സമയത്ത്, ഒരു പെൺകുട്ടിയെ, അവൾ ചെറിയ കുട്ടിയാണെങ്കിൽ കൂടി, ഏതൊരമ്മയ്ക്കാണ് മനഃസമാധാനത്തോടെ പറഞ്ഞ് വിടാനാകുക? അതുകൊണ്ട് ഇന്ദുലേഖ, "അച്ഛൻ വരട്ടെ" എന്നു പറഞ്ഞ് വീടിനുള്ളിലേക്ക് കയറി.

ഈ സമയത്ത് രണ്ടാമത്തെ രത്നാകരന്റെ ഭാര്യയും അവരുടെ കുളിമുറിയിൽ നിന്നും പുറത്തിറങ്ങുകയായിരുന്നു. ആ കുളിമുറിയുടെ നിലത്തും പുല്ലു വളർന്ന് നിൽക്കുന്നുവെന്ന് പറയുമ്പോൾ അത് വൈരുദ്ധ്യമായി തോന്നാം. കാരണം, ഈ രത്നാകരന്റെ വീട് മൂന്ന് നിലയും നടുമുറ്റവുമുള്ള ആധുനിക സൗധമാണ്. അതുകൊണ്ട് തന്നെ അവരുടെ കുളിമുറിയിലെ പുല്ല് സിമന്റിന്റെ വിടവിലൂടെ പൊടിച്ചു വളരുന്നതല്ല. പരിപാലിച്ചു സംരക്ഷിക്കുന്ന പഞ്ചനക്ഷത്രപ്പുല്ലാണ്. അവിടെ ഒരു പാമ്പും ഒരിക്കലും കയറുകയുമില്ല.

രണ്ടാം രത്നാകര - ഭാര്യയുടെ പേര് പ്രവീണ എന്നാകുന്നു. കുളിമുറിയിൽ നിന്ന് അവർ നേരെ പോകുന്നത് അടുക്കളയിലേക്കാണ്. കാട്ടാളൻ എങ്ങനെ കവിയായി എന്ന ചോദ്യങ്ങളുമായി ഒരു കുട്ടിയും അവരെ അലട്ടുന്നില്ല. കാരണം അവരുടെ രണ്ടു കുട്ടികളും ഊട്ടിയിലെ ബോർഡിങ് സ്കൂളിൽ താമസിച്ചു പഠിക്കുന്നവർ. അത്തരം സ്കൂളുകളിൽ കവിയായാൽ പോലും കാട്ടാളന്മാരെ കയറ്റുകയില്ല.

പ്രവീണയുടെ അടുക്കളയിൽ പാചകക്കാരി തിരക്കിട്ട പണിയിലാണ്. രാത്രി അവിടെ ഒരു പാർട്ടി നടക്കാൻ പോവുകയാണ്. അതിനായി ഡക്ക് റോസ്റ്റും നെയ്മീൻ കറിയും നെയ്യ്ചോറും തയ്യാറാക്കി കഴിഞ്ഞു. ഇപ്പോൾ റോഷൻ എന്ന പാചകക്കാരി പാലപ്പം ചുടുകയും സാലഡിന് അരിയുകയുമാണ്. റോഷൻ മുഖത്ത് പച്ച നിറത്തിലുള്ള സർജിക്കൽ മാസ്ക്കും കൈയിൽ വെളുത്ത ഗ്ലൗസ്സും ധരിച്ചിട്ടുണ്ട്. ഒരു നീണ്ട തൊപ്പി കൂടി വച്ച് ഏപ്രണും കെട്ടിയിരുന്നെങ്കിൽ അവൾക്ക് ഒരു പ്രൊഫഷണൽ സ്പർശം വന്നേനെ.

"വേഗം ജോലി തീർത്തു പൊയ്ക്കൊള്ളുക." പ്രവീണ റോഷനോട് നിർദ്ദേശിച്ചു. രത്നാകരനും സുഹൃത്തുക്കളും എത്തുന്നതിന് മുമ്പ് റോഷനെ അവൾക്ക് പറഞ്ഞു വിടേണ്ടതുണ്ട്. അതിന് ഒരുപക്ഷേ, എന്തെങ്കിലും സ്വകാര്യ കാരണങ്ങളുണ്ടാവാം. കഥാകൃത്തിനു ദൃശ്യമായ ഒരു കാരണം അടുക്കള മോഡുലാർ ആയതിനാൽ പാചകം ചെയ്യുന്ന ആളെ പുറത്തു നിന്ന് കാണാം എന്നതാണ്. റോഷന്റെ അഴകളവുകൾ കൃത്യമാണെങ്കിലും മുഖം മാസ്കിനുള്ളിലായതിനാൽ തീർച്ച പറയാനാവുന്നില്ല. എങ്കിലും അതാവാം ഒരു കാരണം. ഭാര്യമാരുടെ ഇത്തരം നീക്കങ്ങളിൽ ഒരുപാട് കാര്യങ്ങൾ ഉള്ളതുകൊണ്ട് തീർച്ച പറയാനാവില്ല.

മറ്റേ രത്നാകരന്റെ അടുക്കളയും ഒരർത്ഥത്തിൽ മോഡുലർ ആണ്. അടുക്കളക്കും അടുത്ത മുറിക്കും ഇടയിൽ അരച്ചുമർ മാത്രമേയുള്ളൂ. അത്രയും മതിയെന്ന് സാമ്പത്തിക ബുദ്ധിമുട്ട് കാരണം തീരുമാനിക്കുമ്പോൾ ആ രത്നാകരൻ അറിഞ്ഞില്ല തന്റെ അടുക്കളയും മോഡുലർ ആവുകയാണെന്ന്. ചിലതൊക്കെ മുന്നമേ തീരുമാനിക്കപ്പെട്ടിരിക്കുന്നു. മനുഷ്യനോ അവന്റെ സാമ്പത്തിക അസമത്വങ്ങളോ വിചാരിച്ചാൽ പോലും അതൊന്നും മാറ്റിമറിക്കാനാവില്ല.

ഇപ്പോൾ ഇന്ദുലേഖയുടെ ഭർത്താവ് രത്നാകരൻ ഡ്രൈവ് ചെയ്യുന്ന കാറിന്റെ പിൻസീറ്റിൽ പടർന്നിരുന്ന് പ്രവീണയുടെ ഭർത്താവ് രത്നാകരൻ സ്വന്തം വീട്ടിലെത്തുന്നു. വാതിൽ തുറന്ന പ്രവീണയെ അതൃപ്തിയോടെ നോക്കി അയാൾ "ഈ സാരിയേ കണ്ടുള്ളോ വാരിച്ചുറ്റാൻ" എന്നു ദേഷ്യപ്പെടുന്നു. "എത്രയോ പ്രധാനപ്പെട്ട ആളുകളാണ് ഇന്നിവിടെ വരുന്നത്. അവരുടെ മുന്നിൽ എന്നെ അപമാനിക്കുകയാണോ നിന്റെ ലക്ഷ്യം?" അയാൾ കയർക്കുന്നു. കഴിഞ്ഞ തവണ ബോംബെയിൽ നിന്നു താൻ വാങ്ങിവന്ന ഡിസൈനർസാരി ചുറ്റിവരാൻ അയാൾ ഭാര്യയോട് ആജ്ഞാപിക്കുന്നു. ഇതിനിടയിലൂടെ അയാൾ ഇടങ്കണ്ണിട്ട് റോഷനെ നോക്കുന്നത് പ്രവീണയ്ക്ക് ഒട്ടും ഇഷ്ടമാകുന്നില്ല. "കാസറോളുകളും പാത്രങ്ങളും മേശമേൽ കൊണ്ടുവച്ചിട്ട് പോകാൻ നോക്ക്" എന്ന് പ്രവീണ റോഷനോടു കയർക്കുന്നു. തന്റെ വാക്കുകൾ ഡ്രൈവർ രത്നാകരൻ കേൾക്കാതിരിക്കാൻ അവൾ കതകടയ്ക്കുന്നു.

ഡ്രൈവർ രത്നാകരന് പ്രവീണയുടെ കുടുംബപ്രശ്നത്തിൽ ഒളിഞ്ഞു നോക്കാൻ ഒരു താൽപര്യവുമില്ല. അയാൾ നേരെ അടുക്കളവാതിൽക്കലേക്കാണ് പതുങ്ങി നടക്കുന്നത്. ഭർത്താവും ഭാര്യയും മുകളിലേക്കു കയറിപ്പോയെന്ന് ഉറപ്പു വരുത്തി റോഷൻ മാസ്ക് മാറ്റുന്നു. അവളുടേത് സുന്ദരമായ ഒരു മുഖമാണെന്നു കഥാകൃത്ത് കാണുന്നു. തന്റെ സുന്ദരമായ മുഖത്ത് വശ്യമായ ഒരു പുഞ്ചിരി ഉറപ്പിച്ചുകൊണ്ട് റോഷൻ വേഗം പുറംവാതിൽക്കലേക്കു വന്ന് ടിഷ്യുപേപ്പറിൽ പൊതിഞ്ഞ ഒരു വലിയ കഷണം താറാവിറച്ചി രത്നാകരന് പ്രണയപൂർവ്വം സമ്മാനിക്കുന്നു. അതിനെ അതേപടി പാന്റിന്റെ പോക്കറ്റിലേക്കു തള്ളി അയാൾ അവളുടെ

83

നീണ്ടു നിവർന്ന മൂക്കിൽ സ്പർശിക്കാൻ ശ്രമിക്കുന്നു. ഒഴിഞ്ഞുമാറുന്ന റോഷൻ വശ്യപ്പുഞ്ചിരിയോടെ "ഇന്നു വരുമോ" എന്നു സ്വരം താഴ്ത്തി ചോദിക്കുന്നു. "ഇല്ല" രത്നാകരൻ നിരാശയും നിസ്സഹായതയും ഒന്നിച്ചു മുഖത്തുവരുത്തി പറയുന്നു. "ഇന്ന് ഊറ്റുണ്ട്."

ആരുടേയോ കാൽപെരുമാറ്റം കേട്ട് മാസ്ക് ഉറപ്പിച്ചു കൊണ്ട് റോഷൻ വേഗം അടുക്കളയിലേക്ക് ഓടുന്നു. രത്നാകരൻ കാർഷെഡ്ഡിലേക്കും. ബെൻസ് കാറിന്റെ മറപറ്റിനിന്ന് അയാൾ ഇറച്ചിക്കഷ്ണം തിന്നു തീർക്കുന്നു. പാചകക്കാരിയെ പ്രണയിച്ചാൽ അതിന്റെ രുചി ഒന്നു വേറെ തന്നെ എന്ന് സംതൃപ്തിയോടെ മനസ്സിലാക്കുന്നു. പിന്നെ കാറിന്റെ താക്കോൽ ഏല്പിച്ച് വേഗം വേഗം നടന്ന് അയാൾ ബിവറേജസ് കട യുടെ മുന്നിലെ നീണ്ട ക്യൂവിന്റെ പിന്നിൽ നിലയുറപ്പിക്കുന്നു.

അപ്പോൾ ഒരു ബൈക്കിൽ ചീറിവന്ന് രണ്ടു ജീൻസ് ധാരിണികൾ മദ്യവിൽപനശാലയുടെ മുന്നിലിറങ്ങുന്നു. നീണ്ട ക്യൂവിനെ തെല്ലും വക വെയ്ക്കാതെ ഒരു പെണ്ണ് കൗണ്ടറിലേക്കു ചെല്ലുന്നു. ക്യൂ ഒന്നായി കൗതുകത്തോടെ അവളെ നോക്കി നിൽക്കുമ്പോൾ ഒരാൾ മാത്രം പ്രതി ഷേധമുയർത്തുന്നു. തങ്ങളൊക്കെ മര്യാദയോടെ കാത്ത് നിൽക്കുമ്പോൾ പെണ്ണാണെന്നുവച്ച് മര്യാദകേടു കാണിക്കരുത്. എന്നയാൾ ഉറക്കെ പറയുന്നു. ബൈക്കിലിരുന്ന ജീൻസ്ധാരിണി തന്റെ വലിയ കൂളിങ് ഗ്ലാസ്സിലൂടെ അയാളെ നോക്കി പറയുന്നു: "സംവരണമാണു സഹോ ദരാ സംവരണം. ഞങ്ങൾ നിങ്ങൾക്കു പിറകിൽ ക്യൂ നിന്നാൽ നിങ്ങൾക്കു തന്നെയാണ് നാണക്കേട്. ഇവിടെ ആൾകൂടും. കച്ചവടം നടക്കില്ല."

മറ്റേ ജീൻസ് ധാരിണി അപ്പോഴേക്കും കുപ്പിയുമായി വന്ന് ആണു ങ്ങളെപ്പോലെ പിൻസീറ്റിൽ ചാടിക്കയറിയിരുന്നു. അവൾ പ്രതിഷേധക്കാര നോടു പറഞ്ഞു: "ഇതേയ് ഞങ്ങളുടെ അമ്മൂമ്മയ്ക്കാ. വായുവിന്റെ ദോഷ മുണ്ടേ.... വേഗം കൊണ്ടുകൊടുക്കട്ടെ."

"ചെല്ല് ചെല്ല്." പ്രതിഷേധക്കാരൻ വിട്ടില്ല. "അമ്മൂമ്മേടേം കൊച്ചു മോൾടേം വായു ശമിക്കട്ടെ."

ബൈക്ക് ചീറിപ്പാഞ്ഞു പോയപ്പോൾ രത്നാകരൻ അറിയാതെ ചിരിച്ചുപോയി. ഒരു നവോന്മേഷം അയാളിൽ നിറയുകയാണ്. നല്ല കതിരു പെൺകുട്ടികൾ! ഇനി ലഹരിയുടെ ഉന്മേഷംകൂടി നിറഞ്ഞാൽ ടിപ്പർ ലോറിയുമായി മണലൂറ്റ് സ്ഥലത്തേക്കു പോകാൻ രത്നാകരൻ തയ്യാർ. പെണ്ണുങ്ങളായാൽ ഇങ്ങനെ വേണം. അയാൾ വിചാരിക്കുന്നു. കരിമോന്തയുള്ള പെണ്ണുങ്ങളെ എന്തിനു കൊള്ളാം?

"**അ**മ്മയുടെ കവിളിൽ കരി." മകൾ ഇന്ദുലേഖയോടു പറഞ്ഞു. "മത്തി യിൽ നിന്നു പറ്റിയതാവും." ഇന്ദുലേഖ മാക്സിയുടെ തുമ്പുയർത്തി കവിൾ തുടച്ചു. മാക്സിയുടെ തുമ്പുയർന്നപ്പോൾ ദൃശ്യമായ അമ്മയുടെ കാലുകൾ ഒരുപാടു ശോഷിച്ചതുപോലെ മകൾക്കു തോന്നി. "പോയോ?" ഇന്ദുലേഖ ചോദിച്ചു. "എടീ, കരിപോയോന്ന്?" മകൾ യാന്ത്രികമായി

തലയാട്ടി. മകളുടെ മനസ്സിൽ കരിയുടെ നിറമുള്ള കാട്ടാളൻ നിലത്തു കുത്തിയിരുന്ന് കവിത എഴുതുകയായിരുന്നു.

ഒരു രത്നാകരൻ കുപ്പികൾ പൊട്ടിച്ച് അതിഥികൾക്കു മദ്യം നൽകുകയും അയാളുടെ ഭാര്യ ഡിസൈനർ സാരിയിൽ ആകർഷണീയയായി വിലസി നിൽക്കുകയും ചെയ്യുമ്പോൾ മറ്റേ രത്നാകരൻ സന്തോഷത്തോടെ പാട്ടുംപാടി കൈകൾ വീശി നടന്ന് വീട്ടിലേക്ക് വരികയായിരുന്നു. വീടിന്റെ കുഞ്ഞു ഗേറ്റ് തുറന്ന് അയാൾ നടന്ന് കയറുമ്പോൾ തന്നെ തന്റെ ചോദ്യവുമായി മകൾ ഓടിയെത്തികഴിഞ്ഞു.

"ഏതു കാട്ടാളൻ? വാല്മീകിയാണോ?" രത്നാകരൻ മകളെ ചേർത്തുപിടിച്ചു ചോദിക്കുന്നു. "അതെ അച്ഛാ, അതെ." മകൾ സന്തോഷം കൊണ്ട് തുള്ളിച്ചാടുന്നു. "ആ പേരു ഞാനങ്ങു മറന്നു പോയി." ഒരു പാരഗ്രാഫ് മതി. അച്ഛൻ പറഞ്ഞു തരുമോ?"

രത്നാകരന് വാല്മീകിയെ അമ്മൂമ്മയുടെ കൈയിൽ പണ്ട് ഉണ്ടായിരുന്ന രാമായണം എഴുതിയ ആൾ എന്ന് മാത്രമേ അറിയാമായിരുന്നുള്ളൂ. നിലവിളക്കിന്റെ അരികിൽ നിവർത്തി വെച്ചിരുന്ന ആ പുസ്തകത്തിന്റെ പേജുകൾ പലതും ഇളകിപ്പോയിരുന്നു. അമ്മൂമ്മയല്ലാതെ ആരും അത് വായിക്കുന്നതും അയാൾ കണ്ടിരുന്നില്ല. രാമനേയും സീതയേയും രാവണനെവരെയും അയാൾക്ക് പരിചയമുണ്ട്. പക്ഷേ വാല്മീകി?

അല്ലെങ്കിൽ തന്നെ ഗ്രന്ഥകർത്താവിനെ എന്തിന് ഓർക്കണം? അയാൾ എങ്ങനെ ഗ്രന്ഥകർത്താവ് ആയി എന്നത് വായനക്കാർ അറിയേണ്ട കാര്യമെന്ത്? വായനക്കാർ ഗ്രന്ഥംപോലും പൂർണ്ണമായും പലപ്പോഴും അറിയുന്നില്ലല്ലോ.

"വാല്മീകി രാമായണമെഴുതി." രത്നാകരൻ പറഞ്ഞു. "അത് ടീച്ചർ പറഞ്ഞു. വാല്മീകി കാട്ടാളൻ ആയിരുന്നു. എഴുത്തും വായനയും അറിയില്ലായിരുന്നു. എന്നിട്ടും എങ്ങനെ കവിയായി?"

കവിയാകാൻ എഴുത്തും വായനയും അറിയേണ്ടതുണ്ടോ എന്ന കാര്യത്തിൽ രത്നാകരന് സംശയം തോന്നി. ഇതു രണ്ടുമറിയാത്ത പല സുഹൃത്തുക്കളും രണ്ട് പെഗ്ഗ് അകത്തു ചെന്നാൽ സിനിമാ ഗാനങ്ങളെപോലെ സുന്ദരങ്ങളായ പാട്ടുകൾ ഉണ്ടാക്കിപ്പാടാറുണ്ട് എന്നയാൾ ഓർത്തു.

"കഞ്ഞിയെടുക്കട്ടെ"? എന്ന് ഇന്ദുലേഖ ചോദിച്ചു. അവളുടെ കക്ഷം കീറിയ നൈറ്റി രത്നാകരനെ അലോസരപ്പെടുത്തി. "എടുത്തോ" എന്ന് പറഞ്ഞിട്ട് അയാൾ കക്കൂസ് - കം - കുളിമുറിയിലേക്ക് പോയി. നിലത്തെ പുല്ലുകൾ വളർന്ന് പൊന്തി എന്നയാൾ ശ്രദ്ധിച്ചു. ആ പഴയ മഞ്ഞപ്പാമ്പിന്റെ ബന്ധുക്കൾ ഒളിഞ്ഞിരിപ്പുണ്ടോ ആവോ?

"എന്തു സുന്ദരമാണ് നിങ്ങളുടെ ലൂ." സുഹൃത്തുക്കളിൽ ഒരാൾ രണ്ടാം രത്നാകരനോട് പറഞ്ഞു. അയാൾ കക്കൂസ് - കം -കുളിമുറിയിൽ തന്റെ മൂത്രസഞ്ചി ഒഴിച്ചിട്ട് സന്തോഷപൂർവ്വം പുറത്തു വന്നതായിരുന്നു. "രത്നാ, ബാത്ത്റൂമിൽ പുൽത്തകിടി ഉണ്ടാക്കുകയും ബോൺസായ്

ചട്ടികൾ വെയ്ക്കുകയും ചെയ്യുന്നത് പുതുമയുള്ള കാര്യം. ഭാര്യയുടെ സൗന്ദര്യ സങ്കല്പമാണോ?" അയാൾ ചോദിച്ചു.

"ഏയ്, അതിനവൾക്കു സൗന്ദര്യമോ സങ്കല്പമോ ഇല്ലല്ലോ." ചോര നൂലുകൾ ഓടിയ കണ്ണുകളോടെ രത്നാകരൻ ചിരിച്ചു. സുഹൃത്ത് അനുതാപപൂർവ്വം പ്രവീണയെ നോക്കി. മോഡുലാർ കിച്ചണിനുള്ളിൽ തിരക്കിട്ടു ജോലി അഭിനയിച്ചു നിന്ന പ്രവീണയുടെ തോളും കഴുത്തും മുഖവും മാത്രമേ അയാൾക്ക് ദൃശ്യമായുള്ളൂ. അത്രയും വെച്ച് ബാക്കി സൗന്ദര്യം ഊഹിക്കുവാനേ കഴിയൂ. പുറത്തു നിൽക്കുമ്പോൾ അവളുടെ തിങ്ങിത്തിളങ്ങിയ സാരിയിൽ കണ്ണിടറുകയും ചെയ്യും. എന്നാലും അവൾ മോശമല്ലെന്നും രത്നാകരൻ കഠിനഹൃദയനായ ഭർത്താവാണെന്നും സുഹൃത്ത് മനസിലാക്കുന്നു.

ഭർത്താവിന്റെ സുഹൃത്തിന്റെ കാമാതുരമായ നോട്ടം കണ്ടില്ലെന്നു നടിച്ച് പ്രവീണ ഊണുമേശയ്ക്കരികിൽ തിരക്കഭിനയിച്ചു നിൽക്കുന്നു.

"നിങ്ങൾ ഇവിടെ വന്നിരിക്കൂ മിസ്സിസ് രത്നാകരൻ." മറ്റൊരു സുഹൃത്ത് ക്ഷണിക്കുന്നു. "നിങ്ങൾ എന്തു ചെയ്യാണവിടെ? സ്ത്രീകൾ ഇങ്ങനെ എപ്പോഴും പണിയെടുക്കുന്നത് എനിക്ക് സഹിക്കാനാവില്ല."

ഭാരം കൂടിയ ഒരു സൂട്ട്കേസ് ചുമന്ന് ഉൾമുറിയിലേക്ക് നടക്കുന്ന രത്നാകരൻ അത് കേട്ടതേയില്ല.

മറ്റേ രത്നാകരൻ മണൽഭാരം ചുമക്കുന്ന ടിപ്പർ ലോറിയുടെ സ്റ്റിയറിങ് വീലിനു പിറകിലായിരുന്നു അപ്പോൾ. ഭാര്യയുടെ കക്ഷം കീറിയ മാക്സി അപ്പോഴും അയാളുടെ കൺമുന്നിലുണ്ടായിരുന്നു. രണ്ടു മാക്സി ഇന്ദുലേഖയ്ക്ക്. ഒരു സാരി റോഷന്. ഒരു ഉടുപ്പ് മകൾക്ക്. പിന്നെ തട്ടു കടയിലേയും പലചരക്ക് കടയിലേയും കുറച്ചു പറ്റു വരവുകൾ തീർക്കണം. പിന്നെ സ്വകാര്യച്ചെലവുകൾ. രത്നാകരൻ ടിപ്പർലോറി വേഗത്തിൽ ഓടിച്ചു. കഥാകൃത്തിനറിയാം ഈ ടിപ്പർലേറി ആരെയും ഇടിച്ചിടുകയില്ലെന്ന്. അതിനു മുമ്പ് രത്നാകരൻ അറസ്റ്റ് ചെയ്യപെടും.

പ്രവീണയുടെ ഭർത്താവ് രത്നാകരൻ ചുമന്ന് ഉൾമുറിയിൽ വെച്ച സൂട്ട്കേസ്സിലെ ആയിരങ്ങളുടെ നോട്ടുകൾക്കും ഒരു അറസ്റ്റ് മണമുണ്ട്. പക്ഷേ, അത് കഥാകൃത്തിനു തീർത്തു പറയാനാകുന്ന കാര്യമല്ല. കാരണം ഒന്ന്, അത് ഈ കഥയ്ക്കു വെളിയിൽ നടക്കാവുന്ന ഒരു സംഗതി മാത്രമാണ്. കാരണം രണ്ട്, മുൻകൂർ ജാമ്യങ്ങളും കോടതി പ്രഹസനങ്ങളും സാധാരണ സംഭവങ്ങളായ നമ്മുടെ നാട്ടിൽ പണക്കാർ രണ്ടു ദിവസത്തേക്ക് അറസ്റ്റു ചെയ്യപ്പെട്ടതായി കളിക്കുന്നതിന് എന്തു പ്രസക്തി? ഇനി മുൻകൂർ ആയോ അല്ലാതെയോ ജാമ്യം കിട്ടിയില്ലെങ്കിലും അവർക്കു പേടിക്കേണ്ട. അവർക്കായി കാത്ത് നിൽക്കുന്നത് ഏ സി.യുള്ള ആസ്പത്രി മുറികളിലെ സുഖവാസം.

ഇപ്പോൾ പ്രവീണ രത്നാകരനെതിരെ ജ്വലിച്ചു നിൽക്കുകയാണ്. മദ്യം മയക്കുന്ന ചേതനയോടെ നിൽക്കുന്ന രത്നാകരന് ശരിയായ വിധത്തിൽ

പ്രതികരിക്കാനാവുന്നില്ല. അയാൾ ആകെ ആഗ്രഹിക്കുന്നത് എവിടെയെ ങ്കിലും ഒന്ന് തല ചായ്ക്കണമെന്നാണ്. മനുഷ്യപുത്രനു തലചായ്ക്കാൻ ഇടം കൊടുക്കാതെ മനുഷ്യപുത്രി കത്തിക്ക

യറുന്നു. ഇനിമുതൽ വീട്ടിൽ മദ്യപാനസദസ്സുകൾ അനുവദിക്കുക യില്ലെന്നും ബോർഡിങ്ങിൽ നിന്നു മക്കളെ തിരിച്ചു വിളിക്കാൻ പോവു കയാണെന്നും അവരെങ്കിലും അമ്മയുടെ മാനം രക്ഷിക്കുമെന്നും അവൾ പ്രഖ്യാപിക്കുന്നു.

അവൾക്ക് തന്നിഷ്ടം പ്രവർത്തിക്കാൻ ഈ വീട് അവളെ ജനിപ്പിച്ച വന്റെ വകയല്ലെന്നു രത്നാകരൻ ഓർമ്മിപ്പിക്കുന്നു. തന്നെ ജനിപ്പിച്ചവന്റെ കൈകളിൽ ചോരക്കറയോ പാപത്തിന്റെ അഴുക്കോ ഇല്ലായിരുന്നു എന്ന് പ്രവീണ. തന്റെ കൈയിൽ ചോരയുടെ കറയോ പാപത്തിന്റെ അഴുക്കോ ഉണ്ടെങ്കിൽ അത് പ്രവീണയ്ക്കും അവളുടെ സർപ്പസന്തതികൾക്കും വേണ്ടി അധ്വാനിക്കുമ്പോൾ പുരണ്ടതാണെന്ന് രത്നാകരൻ. തനിക്കോ തന്റെ സന്തതികൾക്കോ കറപുരണ്ട ഒന്നും ആവശ്യമില്ലെന്ന് പ്രവീണ. രത്നാകരൻ ചെയ്ത ദുഷ്കർമങ്ങൾക്ക് ഓരോന്നിനും എണ്ണിയെണ്ണി ശിക്ഷ വീഴുന്ന നാൾ അകലെ അല്ലെന്നും അവൾകൂട്ടി ചേർക്കുന്നു. അന്നു താനോ മക്കളോ കൂട്ടിനുണ്ടാവില്ലെന്നു തീർത്തു പറയുന്നു.

ലഹരിയുടെ ആലസ്യത്തിലും രത്നാകരനു പൊടുന്നനെ കഠിനമായ ഏകാകിത അനുഭവപ്പെടുന്നു. സെറ്റിയിലേക്കു വീണ് അയാൾ കഴുതയെ പ്പോലെ മോങ്ങാൻ തുടങ്ങുന്നു. ഇനി അയാൾ ഉറങ്ങിക്കൊള്ളും. കൊല ക്കളം പോലെ കിടക്കുന്ന ഊൺമേശ വൃത്തിയാക്കാൻ മെനക്കെടാതെ പ്രവീണ കിടക്കമുറിയിലേക്കു പോകുന്നു. അവൾക്കു പക്ഷേ ഉറങ്ങാ നാവുന്നില്ല. പുൽത്തകിടിയുള്ള കുളിമുറിയിലേക്ക് വലിച്ചിറക്കി ഒരാൾ കടിച്ചുപൊട്ടിച്ച ചുണ്ടുകൾ അവൾക്കു നന്നായി നീറുന്നുണ്ട്.

വിലങ്ങിട്ട കൈകളുള്ള രത്നാകരനെയും കൂട്ടി രണ്ടു പൊലീസുകാർ ഇന്ദുലേഖയുടെ കതകിന്മേൽ മുട്ടുന്നു. മകളെ ഉണർത്തി കൂടെക്കൂട്ടി ക്കൊണ്ട് ഇന്ദുലേഖ കതകു തുറക്കുന്നു. അവളുടെ മുഖത്തു നോക്കാതെ രത്നാകരൻ ഒരു പൊലീസ്കാരനോടൊപ്പം കിടക്കമുറിയിലേക്കു പോകുന്നു. അവിടെയുള്ള ഒരേയൊരു മേശയിൽ നിന്നു പൊലീസുകാരൻ എന്തോ തിരഞ്ഞെടുക്കുന്നു.

വാതിൽക്കൽ നിൽക്കുന്ന പൊലീസുകാരൻ കീറിയ മാക്സിക്കു ള്ളിലെ സ്ത്രീശരീരത്തെ കണ്ണുകൾകൊണ്ടു ഭക്ഷിക്കുമ്പോൾ അതു ശ്രദ്ധിക്കാതെ ഇന്ദുലേഖ ചോദിക്കുന്നു: ''എന്താണു സാർ? എന്താണ്?''

അവളുടെ കണ്ണുകളിൽ നിന്ന് ഉറക്കം പറന്നുയരുന്നതു പൊലീസു കാരൻ കാണുന്നു.

"എന്താണെന്നോ?" അയാൾ ചിരിക്കുന്നു. "നിന്റെ ഭർത്താവിനെ ഞങ്ങൾ കൊണ്ടുപോകുന്നു. ഇനി മണലൂറ്റുന്നതു ജയിലിൽ കിടന്ന്."

87

മകൾ ഉറക്കെ കരയാൻ തുടങ്ങുന്നു.

"മിണ്ടാതിരിക്കെടീ." ഇന്ദുലേഖ അവളെ ശാസിക്കുന്നു.

പൊലീസുകാരോടൊപ്പം ഇറങ്ങിപ്പോകുമ്പോൾ രത്നാകരൻ ദയനീയമായി അവളെ നോക്കുന്നു. എല്ലാം അവൾക്കും മകൾക്കും വേണ്ടിയായിരുന്നുവെന്ന് അവളോട് പറയുന്നു. റോഷൻ എന്ന പാചകക്കാരിക്കും വേണ്ടിക്കൂടി എന്ന് ഇന്ദുലേഖ മനസ്സിൽ പറയുന്നു. "വേഗം ഒരു നല്ല വക്കീലിനെ കാണണം" എന്ന് രത്നാകരൻ പറയുമ്പോൾ "എനിക്കതിനൊന്നും സാധിക്കില്ല" എന്നവൾ ദൃഢസ്വരത്തിൽ അറിയിക്കുന്നു.

"അമ്മ എന്തിനാ അങ്ങനെ പറഞ്ഞത്?" എന്നു മകൾ ചോദിക്കുമ്പോൾ "ചെയ്ത കർമങ്ങൾ തനിയെ അനുഭവിച്ചു തീർക്കട്ടെ," എന്ന് ഇന്ദുലേഖ പറയുന്നു. രത്നാകരനെയും കൂട്ടി വാനിലേക്കു നടക്കുന്ന പൊലീസുകാരിലൊരുവൻ ഇവളാണോ ഭഗവത്ഗീത എഴുതിയത് എന്ന മട്ടിൽ തിരിഞ്ഞുനോക്കുന്നു.

"പോയിക്കിടന്നുറങ്ങ്," ഇന്ദുലേഖ കരഞ്ഞുനിൽക്കുന്ന മകളോടു പറയുന്നു. "നാളെ സ്കൂളിൽ പോകേണ്ടതാണ്."

"അച്ഛൻ വരാതെ ഞാൻ പോവില്ല." എന്നുപറയുന്ന മകളെ ഇന്ദുലേഖ ആർദ്രതയോടെ ചേർത്തുപിടിക്കുന്നു.

ഊൺമേശയിലെ പാത്രങ്ങളെയോ എച്ചിലിനെയോ ഛർദ്ദിച്ചുറങ്ങുന്ന രത്നാകരനെയോ കണ്ടില്ലെന്നു നടിച്ച് പ്രവീണ വരാന്തയിലെ കസേരയിൽ പത്രക്കാരനെ കാത്തിരിക്കുമ്പോൾ ഇന്ദുലേഖ മകൾക്ക് ഉപ്പുമാവും ചായയും ഉണ്ടാക്കുകയായിരുന്നു. കരഞ്ഞുകലങ്ങിയ കണ്ണുകളുള്ള മകളോട് സ്കൂളിലേക്ക് അല്പം നേരത്തെ പുറപ്പെട്ടാൽ ലിജിയുടെ പപ്പായെ കണ്ട് കാട്ടാളൻ കവിയായതെങ്ങനെ എന്ന് മനസ്സിലാക്കാം എന്നു പ്രലോഭിപ്പിക്കുന്നു. മകളുടെ കണ്ണുകൾ തെല്ല് വിടരുന്നു.

കോളേജ് അദ്ധ്യാപകനായ ലിജിയുടെ പപ്പ എന്താണവളോടു പറയാൻ പോകുന്നതെന്ന് കഥാകൃത്തിനറിയാം. സ്കൂൾ യൂണിഫോമിട്ട് തന്റെ മുഖത്തേക്കു നോക്കിയിരിക്കുന്ന നിഷ്കളങ്കയായ കുട്ടിയോട് അയാൾ പറയും: "കാട്ടാളൻ കവിയായത് ഒരു സ്ത്രീ കാരണമാണ്. അയാളുടെതന്നെ ഭാര്യ! ചരിത്രത്താൽ തമസ്കരിക്കപ്പെട്ടവൾ! ശക്തിയുള്ളൊരു രൂപകം...."

പാവം, രത്നാകരന്റെ മകൾക്ക് അതൊന്നും മനസ്സിലാവില്ലെന്നും കഥാകൃത്തിനറിയാം." പക്ഷേ, എന്തു ചെയ്യാനാവും? അക്കാദമിക പണ്ഡിതന്മാർക്ക് കുഞ്ഞുങ്ങളോടാണെങ്കിലും ഇങ്ങനെയൊക്കെയല്ലേ സംസാരിക്കാനാവൂ! ■

www.ingramcontent.com/pod-product-compliance
Lightning Source LLC
LaVergne TN
LVHW041540070526
838199LV00046B/1762
* 9 7 8 9 3 8 6 4 4 0 9 6 9 *